कर्जभान

(गृहकर्ज आणि इतर कर्जे)

विनायक कुळकर्णी

सकाळ प्रकाशन

सकाळ प्रकाशन

Karjabhan (Gruhakarj aani Etar Karje)

कर्जभान (गृहकर्ज आणि इतर कर्जे)

लेखक : विनायक कुळकर्णी

प्रथम आवृत्ती : डिसेंबर २०१९

मुखपृष्ठ : शिवदास मोरे

मांडणी व मुद्रितशोधन : अश्विनी महाजन

प्रकाशक : सकाळ मीडिया प्रा. लि.
५९५, बुधवार पेठ,
पुणे ४११ ००२

ISBN : ९७८-९३-८९८३४-०४-८

संपर्क : ०२०-२४४० ५६७८ / ८८८८८ ४९०५०
sakalprakashan@esakal.com

सौ. विद्या (मनीषा),
माझ्या दोन खोल्यांच्या घरापासून
चार खोल्यांच्या घरापर्यंतच्या प्रवासासाठी
केलेले आर्थिक नियोजन
तुझ्या सहकार्याशिवाय
अशक्यच होते...

प्रस्तावना

मानवी समाजाची सर्वात प्राथमिक गरज निवारा ही आहे आणि जी प्राधान्याने पुरवण्याची आवश्यकता आहे. घरखरेदीमागे अनेक विचार असतात, पण त्यातला महत्त्वाचा घटक असतो कुटुंबाची सुरक्षितता. शिवाय, ती एक चांगली गुंतवणूक ठरते. गृहनिर्माण क्षेत्रातील गुंतवणुकीमुळेच केवळ घरांची संख्या वाढते, त्यांची गुणवत्ता वाढते, असे नव्हे; तर त्याने जीवनमानही सुधारते. गृहनिर्माण क्षेत्राचा विकास आणि वाढीव उत्पादकता यांची आरोग्य आणि अन्य चांगल्या घटकांशी नाळ जोडलेली आहे. हे क्षेत्र मोठ्या प्रमाणावर रोजगार निर्माण करते आणि प्रत्यक्ष-अप्रत्यक्षपणे २६९ उद्योगांना साहाय्यभूत ठरून आर्थिक विकासास हातभार लावते.

विनायक कुळकर्णी यांनी या पुस्तकाद्वारे गृहनिर्माण क्षेत्रात सातत्याने होत असलेले बदल लक्षात घेत पुन्हा एकदा गृहनिर्माण क्षेत्राच्या महत्त्वाच्या मुद्द्यांना हात घालून उल्लेखनीय काम केले आहे. गेली तीन दशके त्यांनी आर्थिक बाबींबद्दल लोकांना मार्गदर्शन करण्यात व सल्ले देण्यात स्वतःला समर्पित केले आहे. त्यामुळे लोक माहितीपूर्ण निर्णय घेत आहेत.

कर्जभान (गृहकर्ज व इतर कर्जे) सारखे पुस्तक माझ्या नजरेत प्रथमच आले आहे. घराची गरज, गृहकर्जातील या क्षेत्राचा बदलणारा चेहरा, या क्षेत्राचे कायदे आणि इतर कर्ज-उत्पादने या सर्वांची उत्कृष्ट माहिती यात आहे. घरखरेदी करणाऱ्या इच्छुकांना घर कसे घ्यायचे, गृहकर्जाचा सर्वात योग्य पर्याय कसा निवडायचा, यासाठी हे पुस्तक चांगले 'प्रायमर' तर आहेच; तसेच हे पुस्तक मराठीत लिहिल्याने महाराष्ट्रातील सर्व लोकांना आणि मराठी भाषिकांना उपयुक्त ठरणारे आहे.

या पुस्तकाच्या यशस्वी निर्मितीबद्दल मला विनायक कुळकर्णींचे अभिनंदन करण्यास निश्चितच आवडेल. मी त्यांना सुयश चिंततो.

केकी एम. मेस्त्री

उपाध्यक्ष व मुख्य कार्यकारी अधिकारी, एचडीएफसी लिमिटेड

मनोगत

अंथरूण पाहून पाय पसरण्याच्या संस्कारांवर वाढणारी मराठी माणसे ‘कर्ज’ या दोन अक्षरी शब्दाने दचकतात. पाय नीट पसरण्यासाठी मोठे अंथरूण घेण्याची क्षमता निर्माण झाली, तरी कर्जाच्या भीतीचा बागुलबुवा मानेवर बसलेला असतो. परंतु मुळात कर्ज घेऊन आपण स्वतःची मालमत्ता निर्माण करत असतो, उन्नती करत असतो, हे मराठी मनाला पटवावे लागते. मागचापुढचा विचार न करता ‘क्रेडिट कार्ड’ सररास वापरणारा ‘घराचे कर्ज’ घेताना मात्र चांगलाच दचकतो. आधीच घरांच्या किमती बघून हबकलेला मराठी माणूस गृहकर्जाची प्रक्रिया, बदलणारे व्याजदर आणि गृहकर्जाच्या हप्त्याची रक्कम यांचा विचार करून ‘स्वप्नातील घराचा’ निर्णय लांबणीवर टाकतो किंवा आहे त्याच खुराड्यात खुरडत राहतो.

गृहकर्ज मिळवताना आणि घर घेताना होणारा मानसिक आणि शारीरिक त्रास मी स्वतः अनुभवलेला आहे. पण, ज्या वेळी ही प्रक्रिया नियोजनपूर्वक होत असते त्या वेळी कोणताही शारीरिक किंवा मानसिक ताण जाणवत नाही, हे प्रत्येक लहान घरातून मोठ्या घरात जाताना मी एकदा-दोनदा नव्हे, तर तीन वेळा अनुभवले आहे. अनुभवाअंती मी प्रत्येक घरखरेदीच्या इच्छुकांना या पुस्तकाद्वारे नियोजनाची रूपरेषा दाखवण्याचा माझ्यापरीने केलेला हा प्रयत्न आहे. अनेक जण वाढीव उत्पन्नमार्गामुळे आयकरात सवलती मिळण्यासाठी गृहकर्जाचा मार्ग स्वीकारत असतात.

स्वतःची वास्तू निर्माण झाल्यावर त्या वास्तूत फ्रीज, एलइडी स्क्रीन, टीव्ही, होम थिएटर, साउंड सिस्टीम या गोष्टी हव्याशा वाटतात. गृहकर्जाचे हप्ते वर्ष-दोन वर्षांत तोपर्यंत अंगवळणी पडल्याने बँकांच्या ग्राहक कर्जाद्वारे या वस्तू घरात आणणे शक्य असते. कालांतराने गाडीची चार चाके खुणावू लागतात. नशिबात ‘वाहनसौख्य’ मिळवण्यासाठी वाहनकर्जाची वाट पकडावी लागते. पाच-सहा वर्षांनंतर मुलांचे उच्चशिक्षण अनिवार्य घटक ठरून लाखो रुपयांची तरतूद करण्यासाठी शैक्षणिक कर्जाची शिडी वापरावी लागते.

अर्धे आयुष्य कर्जाचा डोंगर डोक्यावर घेऊन जगायचे की काय, असा प्रश्न पडेल; पण तसे मुळीच नाही. गृहकर्जासारख्या प्रदीर्घ काळच्या कर्जाची नियोजनपूर्वक कमी अवधीत परतफेड करून मोठ्या

आर्थिक जबाबदारीतून मोकळे होता येते आणि आयकरात लाभही घेता येतो. गृहकर्ज नियोजनातून आयकर नियोजनही होतेच.

सर्वसामान्यांना बँकांतून उपलब्ध होणाऱ्या विविध प्रकारच्या कर्जांची माहितीही नसते, त्यामुळे बिचारे सावकारी पाशात ओढले जातात. त्यासाठी या पुस्तकात इतर कर्जांच्या उत्पादनाची माहिती दिली आहे. क्रेडिट कार्डचा उपयोग फक्त 'पत' जपण्यासाठी करायचा असतो, हे अजूनही बऱ्याच कार्डधारकांना माहीत नाही.

दैनिक सकाळ, साप्ताहिक लोकप्रभा, दैनिक लोकसत्ता - वास्तुरंग पुरवणी आणि *दैनिक नवशक्ती* यांत आलेले माझे लेख वाचून, त्यावर *कर्ज घेताना...* हे पुस्तक प्रसिद्ध करावे असा विचार मनात घोळत होता. माझ्या लेखांना मिळणाऱ्या प्रतिक्रियांमधून मलाही त्याची गरज जाणवली होती. त्यामुळे त्या सर्व लेखांचे हे पुस्तक २००८मध्ये प्रसिद्ध झाले होते. आज ११ वर्षानंतर यात बरेच बदल झाले म्हणून त्या पुस्तकातील सर्व लेखांचे कालसंगत पुनर्लेखन करून *कर्जभान (गृहकर्ज व इतर कर्जे)* या पुस्तकाची बांधणी झाली.

कर्जभान (गृहकर्ज व इतर कर्जे) या पुस्तकासाठी एचडीएफसी लिमिटेडचे उपाध्यक्ष व मुख्य कार्यकारी अधिकारी केकी मेस्त्री यांनी त्यांच्या व्यस्त कार्यक्रमांतून वेळ काढून प्रस्तावना दिल्याबद्दल मी त्यांचा आभारी आहे.

चार्टर्ड अकाउटंटद्वयी हेमंत कदम आणि मिलिंद नाईक यांनी करविषयक लेखांसाठी केलेल्या मार्गदर्शनाबद्दल त्यांचे आभार मानलेले त्यांना आवडणार नाहीत; पण तरीही माझे कर्तव्य ठरते.

चित्रकार शिवदास मोरे यांनी अर्थपूर्ण आणि आकर्षक मुखपृष्ठ सादर केल्याबद्दल मी त्यांचे आभार मानतो. सकाळ प्रकाशनने हे पुस्तक देखण्या रूपात वाचकांसमोर आणल्याबद्दल त्यांचेही आभार!

माझ्या या पुस्तकामुळे वाचकांची घरांची स्वप्ने सत्यात उतरण्यात व इतर कर्जांमुळे आर्थिक उन्नती होण्यात मदत होईल, अशी आशा मला वाटते.

– विनायक कुळकर्णी

अनुक्रमणिका

गृहकर्ज

ATM

गृहनिर्माण क्षेत्राचे बदलते स्वरूप

सामान्य माणसाला निवाऱ्याचा मूलभूत हक्क प्राप्त करण्यासाठी अजूनही झगडावे लागणार का? या प्रश्नाचे उत्तर 'होय' असे द्यावे लागेल. बहुमजली इमारतींचे टॉवर उभे केले म्हणजे गृहनिर्माण होत नसते; तर त्यासाठी आज जे चार भिंती आणि एक छप्पर शोधत आहेत, त्यांना त्यांच्या आवाक्यात (आर्थिकदृष्ट्या) बसणारा फक्त निवारा हवा आहे. ज्या दिवशी हा निवारा सामान्यातल्या सामान्याला प्राप्त होईल त्या दिवशीच म्हणता येईल, की गृहनिर्माण धोरण यशस्वी झाले.

गृहनिर्माण क्षेत्रात वरकरणी मोठी तेजी भासत असली तरी आजच्या घडीला देशात दोन कोटी ४७ लाख घरांची कमतरता आहे. जे घर घेण्यासाठी १९९५मध्ये एकूण वार्षिक उत्पन्नाच्या २२ पट रक्कम लागत होती, तेच घर आज, एकूण वार्षिक उत्पन्नाच्या साडेतीनपट रकमेत उपलब्ध झाले आहे. घरासाठी कर्जही विनासायास उपलब्ध झाले आहे. गृहवित्त संस्थांमधील स्पर्धेचा फायदा ग्राहकांना मिळत आहे. गृहकर्जाच्या परतफेडीसाठी सरकारने आयकरात दिलेल्या सवलतीमुळे कर वाचवण्याचे एक साधन म्हणूनही गृहखरेदीकडे बघितले जात आहे. उच्च मध्यमवर्गाचे रूपांतर अत्युच्च मध्यमवर्गात जसे झाले, तसेच अल्पउत्पन्नधारक वर्गाचे रूपांतर मध्यमवर्गात झाले. झोपडपट्टी पुनर्विकास योजनेच्या माध्यमातून हा वर्ग बदलला, फ्लॅट संस्कृतीत गेला. किरकोळ स्थावर मालमत्तेत (Retail Real Estate) संघटितपणे वृद्धी होण्याचा दर २००४मध्ये तीन टक्के होता. हाच वृद्धिदर २०१०पर्यंत आठ टक्के अपेक्षित आहे. यामुळे सुमारे दहा कोटी चौरस फुटांच्या चांगल्या दर्जात्मक वाढीव क्षेत्राची मागणी वाढली होती. पण गेल्या पाच वर्षांत ती मात्र ५ टक्क्यांहून कमी झाली आहे.

नागरी कमाल जमीनधारणा कायदा (ULCRA) महाराष्ट्रात रद्द झाल्याने मोठ्या प्रमाणावर जमीन विकासासाठी मोकळी झाली आहे. एकट्या मुंबईपुरते बोलायचे तर ३४५ मोठ्या उद्योगसमूहांकडे (ज्यात गोदरेज, हिरानंदानी आहेत) व भारतीय रेल्वेकडे एकत्रितपणे आठ हजार एकरांपासून तीस हजार एकरांपर्यंत जमिनी आहेत. संपूर्ण देशभरातून नागरी कमाल जमीनधारणा कायद्याचे उच्चाटन केल्याने, सुमारे दोन लाख

हेक्टर इतकी शहरी क्षेत्रातील जमीन मोकळी झाली. १७ फेब्रुवारी १९७६ रोजी नागरी कमाल जमीनधारणा कायदा अस्तित्वात आल्यापासून अतिरिक्त ठरवलेल्या दोन लाख २० हजार हेक्टरांपैकी फक्त १६,६०० हेक्टर जमीन सरकारच्या ताब्यात आली. शहरातील गरजूंना हक्काचे घर प्राप्त करून देण्यासाठी हा कायदा उपयुक्त ठरत असला, तरीही भ्रष्टाचारामुळे या कायद्याचा अपेक्षित परिणाम दिसला नाही. कालांतराने हाच कायदा गृहनिर्माणास अडथळा असल्याने सिद्ध झाले आहे आणि हा कायदा मोडीत निघाला. जवाहरलाल नागरी पुनर्विकास योजनेंतर्गत केंद्र सरकारकडून निधी प्राप्त करण्यासाठी महाराष्ट्राला हा कायदा रद्द करणे अत्यावश्यक ठरले होते. या कायद्याच्या अंमलबजावणीत असलेल्यांचे हात ओले करण्यासाठी दिली जाणारी रोख रक्कम गरजू गृहखरेदीदाराचीच असायची. आता हा कायदा नष्ट झाल्याने घरखरेदीतील काळ्या पैशांचे प्रमाण कमी होण्यास हरकत नाही.

कायदा रद्द झाल्याने त्वरित मोकळ्या झालेल्या जमिनी मुंबई (५००० हेक्टर), ठाणे (४५०० हेक्टर), पुणे (२२००० हेक्टर), नागपूर (१९०० हेक्टर) नाशिक (११८ हेक्टर) अशा असून, सांगलीसारख्या शहरात जमीनच उपलब्ध नसल्याचे सिद्ध झाले आहे. यातील किती जमिनीचे क्षेत्र ना-विकास क्षेत्राखाली आले, ते तपासले गेले. या ना-विकास क्षेत्रात मिठागरांच्या जमिनी, तिवरांची जंगले, वनसंरक्षणाखालील क्षेत्रांचा समावेश असतो. आज मुंबई शहरात मिठागरांची जमीन ५३७८ एकर आहे. त्यापैकी ३१ टक्के क्षेत्रात निवासी आणि व्यावसायिक पट्टे आहेत. शहराच्या विकास आराखड्यात (डीपी २०३४चा) किनारपट्टी नियामक क्षेत्र-१च्या अटींमुळे बाधित झालेली १६१७ एकर जमीन मोकळी होत आहे. आज सरकारी हस्तक ही क्षेत्रे उजाड करून गृहनिर्माणासाठी वापरण्यास उत्सुक आहेत. याच पार्श्वभूमीवर एकट्या भांडूप-कांजूरमार्ग पट्ट्यात एक लाख घरे उभारण्याचा प्रस्ताव एका मोठ्या विकासक कंपनीने सरकारला दिला आहे. परंतु गरीब-गरजूंना आवश्यक तेवढी घरे मोफत नाही, तरी रास्त किमतीत पुरवणे ज्या सरकारचे काम आहे, तेच सरकार या विकासकांच्या दबावाखाली असल्यासारखे वाटत होते. गृहनिर्माण संस्थेच्या जमिनीच्या अभिहस्तांतरणाचे (कन्व्हेयन्स डीड) विधेयक कायद्यामध्ये रूपांतरित व्हायला दोन वर्षे उगाच लागली नाहीत. महाराष्ट्र ओनरशिप फ्लॅट्स ॲक्ट या कायद्याच्या चौथ्या कलमांतर्गत सहकारी गृहनिर्माण संस्था नोंदणीकृत ठरल्यापासून चार महिन्यांच्या आत त्या संस्थेच्या नावे जमिनीचे अभिहस्तांतरण होणे आवश्यक असते. परंतु या कायद्याचे पालन विकासकांकडून अपवादानेही केले गेले नाही. यासाठी मुंबई-पुण्याच्या गृहनिर्माण सहासंघाने केलेल्या प्रयत्नांमुळे एप्रिल २००७मध्ये जमिनीचे अभिहस्तांतरण विधेयक मंजूर झाले आणि हा कायदा २२ फेब्रुवारी २००८ रोजी अस्तित्वात आला.

या कायद्यात बिल्डरांनी सहा महिन्यांच्या आत सहकारी गृहनिर्माण संस्थेशी जमिनीच्या अभिहस्तांतरणाचा करार न केल्यास त्यांना दंड व शिक्षेची तरतूद केली आहे. दंडाची रक्कम पन्नास हजार रुपये असून, एक वर्षाच्या तुरुंगवासाचा यात समावेश आहे. सरकारी गृहनिर्माण संस्थेस विहित अवधीमध्ये बिल्डरने अभिहस्तांतरण करण्यास नकार दिल्यास या सहकारी गृहनिर्माण संस्थेचे सभासद सक्षम अधिकाऱ्याकडे अर्ज करू शकतात. हा अधिकारी त्या संस्थेच्या नावे अभिहस्तांतरण करून देऊ शकतो.

घरखरेदीच्या व्यवहारात अधिक पारदर्शकता येण्यासाठी राष्ट्रीय आवास बँकेने (एनएचबी) गृहनिर्माण किंमत निर्देशांकाची (एनएचबी रेसिडेक्स) स्थापना केली आहे. देशातील पाच शहरांतील, सुमारे ५१ वस्त्यांमधील घरांच्या २००१ ते २००५ या पाच वर्षांतील किमतीवर आधारित हा निर्देशांक आहे. भारतभर हा निर्देशांक

महाराष्ट्र ओनरशिप फ्लॅट्स ॲक्ट या कायद्याच्या चौथ्या कलमांतर्गत सहकारी गृहनिर्माण संस्था नोंदणीकृत ठरल्यापासून चार महिन्यांच्या आत त्या संस्थेच्या नावे जमिनीचे अभिहस्तांतरण होणे आवश्यक असते. परंतु या कायद्याचे पालन विकासकांकडून अपवादानेही केले गेले नाही. यासाठी मुंबई-पुण्याच्या गृहनिर्माण सहासंघाने केलेल्या प्रयत्नांमुळे एप्रिल २००७मध्ये जमिनीचे अभिहस्तांतरण विधेयक मंजूर झाले आणि हा कायदा २२ फेब्रुवारी २००८ रोजी अस्तित्वात आला.

प्रमाणभूत मानला जातो. घरखरेदीतील व्यवहारात होणारी काळ्या पैशांची उलाढाल कमी होऊन सामान्य माणसाला अधिक लाभ होत आहे, असे म्हणायला हरकत नाही.

वीस वर्षांपूर्वी गृहवित्तसाहाय्य क्षेत्राचा वार्षिक संचयित वृद्धिदर (सीएजीआर) ४० टक्क्यांहून अधिक होता. १९९२-९३मध्ये बँका आणि गृहवित्तसाहाय्य क्षेत्रातील कंपन्यांनी मिळून ८३३ कोटी रुपयांचे गृहकर्ज वाटप केले होते, पण याच गृहकर्जवाटपाचा दर २०१८-१९मध्ये १४ टक्क्यांवर पोहोचला. मागील पाच वर्षांत हाच दर १९ टक्के होता.

या सर्व पार्श्वभूमीवर सामान्य माणसाला निवाऱ्याचा मूलभूत हक्क प्राप्त करण्यासाठी अजूनही झगडावे लागणार का? या प्रश्नाचे उत्तर 'होय' असे द्यावे लागेल. बहुमजली इमारतींचे टॉवर उभे केले म्हणजे गृहनिर्माण होत नसते; तर त्यासाठी आज जे चार भिंती आणि एक छप्पर शोधत आहेत, त्यांना त्यांच्या आवाक्यात (आर्थिकदृष्ट्या) बसणारा फक्त निवारा हवा आहे. ज्या दिवशी हा निवारा सामान्यातल्या सामान्याला प्राप्त होईल त्या दिवशीच म्हणता येईल, की गृहनिर्माण धोरण यशस्वी झाले. मागणी आणि पुरवठा यामधील फरक दोन कोटी सत्तेचाळीस लाख घरांचा आहे. हत्तीच्या पावलांनी गृहनिर्माण धोरण आता चालवता येणार नाही. आजपर्यंत बराच कालापव्यय झाला आहे. हे आता कोणालाच परवडणारे नाही. लोकांना, बिल्डरांना आणि सरकारलासुद्धा!

ऑक्टोबर २००७पासून म्हाडाने स्वतःच बांधलेल्या वसाहतींच्या पुनर्विकास प्रकल्पांच्या वाढीव चटईक्षेत्र निर्देशांकाच्या (एफएसआय) किमतीत किमान २५१ टक्केपासून १०८१ टक्के इतकी वाढ केली आहे. ज्या म्हाडाची स्थापना गरजूंना स्वस्त आणि चांगली घरे निर्माण करण्यासाठी झाली, त्याच म्हाडाने दरवाढ केल्याने सामान्य माणूस स्वस्त घरापासून वंचित राहणार हे निश्चित आहे. गृहनिर्माण धोरणात सर्वांना घर देण्याचे उद्दिष्ट असले, तरीही ते परवडणारे नसेल तर या धोरणाच्या नियोजनाचे ते अपयश असेल.

सरकारकडून मिळाले तर ठीकच, अन्यथा आपणच आपला 'निवारा' तयार करण्यासाठी नियोजन करणे अधिक योग्य ठरेल.

■■■

घरखरेदीचा मानस

रस्ता, वीज, २४ तास पाणी, दूरध्वनी, शाळा, इस्पितळ आणि बाजार यांसारख्या अत्यावश्यक सुविधा देणारा घरांचा किंवा भव्य इमारतींचा प्रकल्प खरेदीदारांना आकर्षित करतो. त्याशिवाय, अतिरिक्त सोयीसुविधा म्हणजे इमारतींच्या आवारात उद्यान, वाहनांसाठी जागा, तरणतलाव, व्यायामशाळा, इनडोअर खेळांसाठी जागा, करमणुकीसाठी सभागृह इत्यादी मागणी स्वतःहून करणारा, उच्च उत्पन्न गटातला ग्राहक वाढत आहे.

मुंबईतल्या कापड गिरण्यांचीच जमीन एवढी आहे, की त्या जमिनीचे चटईक्षेत्र बघितले की त्यातील 'अर्थकारण' लक्षात येते. लोअर परेल, वरळी, प्रभादेवी आणि वरळीनाका या चार भागांतील पाच कापड गिरण्यांची मिळून शेकडो हेक्टर जमीन बांधकामासाठी उपलब्ध झाली. अंधेरी-कुर्ला रोड-साकीनाका, पवई, गोरेगाव-दिंडोशी, कांदिवली या परिसरांत तर येत्या चार-पाच वर्षांत सुमारे ८० लाख चौरस फुटाचे बांधकाम विकसित होत आहे. तसेच, पूर्व उपनगरातील घाटकोपर, कांजूरमार्ग, मुलुंडमध्येही बांधकाम व्यवसायाने गती घेतली आहे. ठाणे आणि नवी मुंबई क्षेत्रांत तर ४० ते ५० लाख चौरस फुटांचे बांधकाम क्षेत्र नजीकच्या काळात विकसित झालेले दिसेल.

वांद्रे, सांताक्रूझ, जुहू, पार्ले, खार (पश्चिम) आणि चेंबूरचा काही भाग या विभागात विकासहक्कांच्या हस्तांतरणातून (ट्रान्सफर ऑफ डेव्हलपमेंट राईट्स) बांधकामक्षेत्राची प्रचंड वाढ होत आहे. हे 'टीडीआर'चे लोण सगळीकडे पसरत आहे. मुंबई शहर आणि उपनगरातील बहुसंख्य जमिनींचे क्षेत्र दोन हातांच्या बोटांवर मोजता येईल इतक्या व्यक्तींच्या हातात असल्याने बांधकाम व्यवसायासह या शहरातील रिअल इस्टेटच्या उद्योगावर वर्चस्व निर्माण केलेले आहे. जमिनीचे हे क्षेत्र अंदाजे २००० हेक्टरच्या आसपास आहे. सर्वोच्च न्यायालयाने मिठागराच्या जमिनीचे क्षेत्र बांधकाम व्यवसायासाठी वापरण्यास मनाई केल्याने सुमारे ४०० हेक्टर जमीन या बड्या बांधकाम व्यावसायिकांच्या हातून सुटली आहे. एकीकडे असे चित्र असताना दक्षिण

मुंबईत एकमेकांशी स्पर्धा करत गगनचुंबी इमारती उभारल्या गेल्या आहेत व अजूनही उभारल्या जात आहेत. महालक्ष्मी, ग्रँटरोड, चर्नीरोड, आणि मुंबई सेंट्रल परिसरात एकूण ३८ गगनचुंबी इमारती उभारल्या आहेत.

'प्रॉपइक्विटी'ने केलेल्या देशभरातील सर्वेक्षणानुसार, गेली चार-पाच वर्षे खऱ्या अर्थाने गृहनिर्माण उद्योग मंदीच्या विळख्यात चांगलाच अडकला आहे. बांधलेली घरे खरेदी करायला ग्राहक येत नसल्याने मुंबईसारख्या महानगरात डिसेंबर २०१८पर्यंत न विकलेल्या घरांची संख्या २,१९,४९१ होती. तरीही, डिसेंबर २०१८पर्यंत ५९,९३० नवीन घरांची निर्मिती झाली. पुण्यात तर डिसेंबर २०१८ अखेरपर्यंत विक्री न झालेल्या घरांची संख्या ८७,४०३ होती. पूर्वी घरांमध्ये गुंतवणूक म्हणून करणाऱ्यांची संख्या किमान २० ते २५ टक्के असायची; परंतु आता ही संख्या नगण्य ठरली आहे.

इथे एक गोष्ट नमूद करावीशी वाटते, ती म्हणजे या नवनिर्मित घरांना सर्व पायाभूत सुविधा खरोखरच उपलब्ध होणार आहेत का? गिरगावमधील चाळींमध्ये पाण्याचे हाल बरीच वर्षे असताना या गगनचुंबी इमारतींसाठी पुरेसा पाणीपुरवठा करण्यात कार्यरत असणारी यंत्रणा कितपत विश्वासार्ह आहे? मुंबईला पाणीपुरवठा करणाऱ्या तलावांची क्षमता या वाढीव गृहनिर्माण क्षेत्रासाठी पुरेशी ठरेल का? तसेच, वीजपुरवठा नियमित आणि पुरेसा असेल का? या सर्व प्रश्नांची सद्यःपरिस्थितीत उकल झालेली नसतानाही वाढीव गृहनिर्माणामुळे वाढणाऱ्या लोकसंख्येमुळे हे प्रश्न गंभीर बनण्याची शक्यता वाढली आहे.

पायाभूत सोयीसुविधांचे जाळे निर्माण करण्याआधीच गृहनिर्माण क्षेत्राची वृद्धी केल्यामुळे अस्तित्वातील तुटपुंज्या या सोयीसुविधा कोलमडून पडू शकतात. याचा विचार यातले व्यावसायिक करत नाहीत, की शासनही करत नाही. म्हणूनच प्रत्येक नागरिकाने हा विचार करणे गरजेचे ठरणार आहे. ज्या वेळी पाणी आणि वीज या दोन गरजांची कमतरता भासेल, त्या वेळी हे विकासक मदतीला येणार नाहीत, की राजकारणीही मदतीला नसतील. झोपडपट्टी पुनर्वसन योजनेतून उभ्या राहणाऱ्या इमारतींपुढेही हे प्रश्न नजीकच्या काळात उभे राहिले तर आश्चर्य वाटायला नको.

अन्न-वस्त्र-निवारा या मानवाच्या तीन मूलभूत गरजा! एक वेळ अन्न-वस्त्र मिळेल, पण घर...? नटसम्राट नाटकातील अप्पासाहेबांप्रमाणे 'कुणी घर देता का घर?' असे आर्जव करूनही मिळणे अशक्य. सध्या घरांची मागणी शहरांबरोबरच ग्रामीण क्षेत्रात वाढते आहे. लोकसंख्येत होणारी बेसुमार वाढ आजच्या घरांच्या मागणीत भर घालणारी ठरली आहे. घराच्या मागणीत दुसरा पूरक आणि महत्त्वाचा घटक म्हणजे वाढते उत्पन्न. आज शहरी भागात मध्यम उत्पन्न असणाऱ्यांची उच्च उत्पन्न गटात होणारी बढती प्रकर्षाने जाणवू लागली आहे. गेल्या दहा-बारा वर्षांत उत्पन्नवाढ झालेल्यांची संख्या शहरी भागात ३१ टक्क्यांहून अधिक झालेली आढळते. एके काळी अनिवासी भारतीयांनी घरांमध्ये किंवा जमिनीत मोठ्या प्रमाणावर गुंतवणूक केली. परंतु आता हा वेग मंदावला आहे. एका शहरातून दुसऱ्या शहरात नोकरी-व्यवसायानिमित्त बदलणारे वास्तव्य आणि जास्त लाभ देणारे गुंतवणूक माध्यम म्हणून केलेली गुंतवणूक हे दोन घटक घरातील गुंतवणुकीस उद्युक्त करतात.

रस्ता, वीज, २४ तास पाणी, दूरध्वनी, शाळा, इस्पितळ आणि बाजार यांसारख्या अत्यावश्यक सुविधा देणारा घरांचा किंवा भव्य इमारतींचा प्रकल्प खरेदीदारांना आकर्षित करतो. त्याशिवाय, अतिरिक्त सोयीसुविधा म्हणजे इमारतींच्या आवारात उद्यान, वाहनांसाठी जागा, तरणतलाव, व्यायामशाळा, इनडोअर खेळांसाठी जागा, करमणुकीसाठी सभागृह इत्यादी मागणी स्वतःहून करणारा, उच्च उत्पन्न गटातला ग्राहक वाढत आहे.

■■■

घर घेताना...

घर घेताना सुरू झालेली घरघर घराचे कर्ज फिटेपर्यंत चालूच असते. फ्लॅट घ्यायचा विचार सुरू झाला तर कर्ज कोण देणार? हे कर्ज नक्की मिळेल का? कर्जाची परतफेड कशी करायची? कर्ज आधी मंजूर करून घ्यायचे की फ्लॅट आधी शोधायचा? असे अनेक प्रश्न वेढून टाकतात. फ्लॅट किंवा घर घेण्याचे ठरवल्यावर आणि त्याचा प्रत्यक्ष ताबा मिळेपर्यंत सर्वच बाबतीत नियोजन महत्त्वाचे ठरते.

ऑक्टोबर ते डिसेंबर आणि एप्रिल ते जून या कालावधीत फ्लॅट खरेदीचे व्यवहार अधिक होतात. मुलांच्या शाळाप्रवेशाचा प्रश्न उभा राहू नये म्हणून एप्रिल-मे महिन्यांत फ्लॅट खरेदीचे प्रयत्न अधिकतम होत असतात.

फ्लॅट घेण्याचे निश्चित करण्याआधी स्वतःची बचत-गुंतवणूक, कर्ज मिळण्याची हमी आणि स्वतःची किंवा कुटुंबाची कर्जफेडीची क्षमता तपासून बघणे आवश्यक ठरते. फ्लॅट निवडण्यापूर्वी आजूबाजूचा परिसर बघणे महत्त्वाचे ठरते. शाळा, बाजार, डॉक्टर इत्यादी बाबी घराजवळ असणे सोयीचे ठरते. ध्वनिप्रदूषणाचा त्रास ध्यानात घ्यावा लागतो. फ्लॅटच्या परिसरातील वस्तीही अजमावणे महत्त्वाचे ठरते. चार भिंती आणि एक छप्पर म्हणजे घर नव्हे; तर सोबत असलेले गृहकर्ज यासह जे बनते ते घर, असे समीकरण झाले आहे. बाजारात जाऊन आपल्याला परवडेल तशी, परंतु आवडीची भाजी घ्यावी त्याप्रमाणे गृहकर्ज उपलब्ध झाले आहे. हे गृहकर्ज देण्याची बँका आणि वित्तीय संस्थांमधील स्पर्धा बघून कर्ज-इच्छुकांनी आपली पोळी भाजून घेतली पाहिजे. काहींच्या मते, गृहकर्ज बँकांतून घ्यावे, तर काही म्हणतात, गृहवित्त साहाय्य कंपन्याच बऱ्या. बँकांची मारुतीच्या शेपटीप्रमाणे वाढणारी घराच्या कागदपत्रांची मागणी पुरवताना गृहकर्ज-इच्छुकाला दम लागतो. काही बँका प्रशासकीय शुल्क कमी ठेवतात; परंतु त्यांच्या कायदा सल्लागाराचे आणि मान्यताप्राप्त सर्व्हेअरचे शुल्क भरावे लागते. अशा अनेक गोष्टींमुळे गृहकर्जे हातात येण्याआधीच मेंदू बधिर होतो.

घर घेताना सुरू झालेली घरघर घराचे कर्ज फिटेपर्यंत चालूच असते. फ्लॅट घ्यायचा विचार सुरू झाला तर कर्ज कोण देणार? हे कर्ज नक्की मिळेल का? कर्जाची परतफेड कशी करायची? कर्ज आधी मंजूर करून

गृहकर्जे घेऊन २५-३० वर्षे गप्प बसण्याचे दिवस आता संपले आहेत. त्या दृष्टीने बहुसंख्य बँका आणि गृहवित्त कंपन्यांनी विविध कर्ज उत्पादनांची विक्री सुरू केली आहे. गृहकर्ज परतफेडीसाठी पाच प्रकारचे पर्याय आज गृहकर्जाच्या बाजारपेठेत उपलब्ध आहेत.

घ्यायचे की फ्लॅट आधी शोधायचा? असे अनेक प्रश्न वेढून टाकतात. फ्लॅट किंवा घर घेण्याचे ठरवल्यावर आणि त्याचा प्रत्यक्ष ताबा मिळेपर्यंत सर्वच बाबतीत नियोजन महत्त्वाचे ठरते.

प्रत्येक गृहकर्ज-इच्छुकाने दोन-तीन बँका, तसेच गृहकर्ज वित्तीय कंपन्यांची माहितीपत्रके आणून, आपणास दरमहा गृहकर्जाचा समान मासिक हप्ता किती देता येऊ शकेल, ते तपासावे. त्या हप्त्याच्या रकमेत कोणती बँक किंवा वित्तसंस्था अधिकाधिक कर्ज रक्कम देऊ शकत आहे त्याचा अंदाज आपणास मिळू शकतो. आपले एकत्रित मासिक उत्पन्न, दरमहा घरखर्च, अन्य आर्थिक जबाबदाऱ्या (मुलांच्या शिक्षणाचा खर्च, विमा पॉलिसींचे हप्ते वगैरे) यांचा विचार करूनच आपण गृहकर्जाचा मासिक हप्ता किती देऊ शकतो, याचा अंदाज घेणे सुलभ ठरते.

सध्याच्या अस्थिर अर्थव्यवस्थेबरोबरच स्वेच्छानिवृत्ती योजनांमुळे जाणवणारी उत्पन्नाच्या सातत्याची भीती बघूनच वित्तसंस्था कर्जाबाबत निर्णय घेत असतात. नोकरी किंवा व्यवसायातील स्थिरता, नियमितता, बचत करण्याची प्रवृत्ती आणि कर्जफेडीची क्षमता तपासूनच कर्जाची रक्कम आणि कर्जफेडीची मुदत निश्चित केली जाते. गृहकर्ज-इच्छुकाचे एक प्रकारचे समुपदेशन (काउन्सेलिंग) करून, कर्जाबाबत मार्गदर्शन करण्याचा मार्ग एचडीएफसीसारख्या संस्थांनी आजच्या स्पर्धेच्या युगात स्वीकारला आहे. त्यामुळे गृहकर्ज-इच्छुक नियोजनबद्ध आणि सुलभपणे गृहकर्ज घेऊन मनस्ताप टाळू शकतो.

काही वित्तसंस्था फ्लॅटची निवड करण्याआधी तत्त्वत: कर्ज मंजूर करतात आणि फ्लॅटची निवड झाली की कर्जाचा धनादेश त्वरित देतात. प्रत्येक घर घेऊ इच्छिणाऱ्याने घर घेण्याआधी अशा प्रकारे कर्ज मंजूर करून घेणे योग्य ठरते. घर घेताना आपल्या घराचे क्षेत्रफळ माहीत असणे जेवढे महत्त्वाचे आहे, तेवढेच ते क्षेत्रफळ 'कार्पेट' आहे की 'बिल्ट-अप' हेसुद्धा माहीत असणे आवश्यक ठरते.

गृहकर्ज समुपदेशन

गृहकर्ज हा एक जणू व्यापारी जिन्नस असल्याप्रमाणे ग्राहकांचा दृष्टिकोण असतो. गृहकर्ज ही गोष्ट तयार मिळणाऱ्या वस्तूंमध्ये मोडत नाही. ते एक ग्राहकोपयोगी आणि ग्राहकलक्ष्यी उत्पादन आहे. केवळ व्याजदर आणि समान मासिक हप्ता (इएमआय) हेच घटक बघून व इतर वित्तसंस्थांशी तुलना करून गृहकर्ज घेणे नियोजनबद्ध ठरू शकत नसते. ज्याप्रमाणे बचत आणि गुंतवणूक नियोजनासाठी गुंतवणूक समुपदेशक (इन्व्हेस्टमेन्ट काउन्सेलर) उपयुक्त ठरतात, त्याप्रमाणे गृहकर्जे नियोजनासाठीही गरज असते. परंतु आजवर कर्जदाराचे वय, नोकरी किंवा उद्योगाची शाश्वती आणि कर्ज परतफेडीची क्षमता अजमावूनच कर्ज दिले जात असे.

गृहकर्जाच्या परतफेडीची मुदत २५-३० वर्षांची म्हणजेच दीर्घ कालावधीची असल्याने गृहकर्जाच्या कर्जाची कसून छाननी केली जाते. पण गृहकर्जदारांपैकी काही जणांची गरज आणि उद्दिष्टे वेगवेगळी असतात. काहींना आयकर सवलतींचा लाभ हवा असतो, तर काहींना एखादा फ्लॅट तारण ठेवून, मिळणाऱ्या रकमेच्या

साहाय्याने दुसरा फ्लॅट घ्यायचा असतो. काही जणांच्या बँक ठेवी किंवा सेवानिवृत्ती लाभाच्या रकमेनुसार गृहकर्ज परतफेड निगडित केली जाणार असते. अशा एक वा अनेक पर्यायांचा विचार गृहकर्जदारांपुढे मांडून, त्याच्या उत्पन्न स्रोतांबाबत चर्चा करून, गृहकर्ज इच्छिणाऱ्याला योग्य ठरणारा नेमका पर्याय देण्यासाठी हे गृहकर्ज समुपदेशन अनेक बँकांकडून आजवर करण्यात येते.

गृहकर्ज क्षेत्रात अग्रेसर ठरलेल्या अनेक कंपन्यांनी त्यांचा या क्षेत्रातील अनुभव आणि विश्वासार्हता या दोन घटकांचा ग्राहकांवर ठसा उमटवला आहे. ग्राहकलक्ष्यी आणि सेवा देताना ग्राहकांची नेमकी गरज लक्षात घेऊन, गृहकर्ज समुपदेशनाचे माध्यम विनाशुल्क उपलब्ध करून गृहकर्ज क्षेत्रात वेगळेपणा राखण्याचा प्रयत्न केला जातो. गृहकर्जे घेऊन २५-३० वर्षे गप्प बसण्याचे दिवस आता संपले आहेत. त्या दृष्टीने बहुसंख्य बँका आणि गृहवित्त कंपन्यांनी विविध कर्ज उत्पादनांची विक्री सुरू केली आहे. गृहकर्ज परतफेडीसाठी पाच प्रकारचे पर्याय आज गृहकर्जाच्या बाजारपेठेत उपलब्ध आहेत.

ॲडजस्टेबल रेट (फ्लोटिंग रेट) होम लोन, फिक्स्ड रेट व ॲडजस्टेबल रेट यांचे संयुक्त होम लोन, स्टेप अप परतफेड सुविधा (सर्फ), फ्लेक्झिबल लोन इन्स्टॉलमेंट प्लॅन (फ्लीप) आणि ॲक्सिलरेशन ऑफ इएमआय अशा पर्यायांची ग्राहकांना दिलेली सुविधा गृहकर्ज समुपदेशकांकडून, अर्जछाननीच्या वेळी सुचवण्यात येते. एका पर्यायातून दुसऱ्या पर्यायात जाणे सुकर होण्यासाठी हे समुपदेशक मार्गदर्शन करतात. 'स्टेप अप परतफेड सुविधा' ही फक्त डॉक्टर, चार्टर्ड अकाउंटंट यांसारख्या तरुण व्यावसायिकांना सुचवण्यात येते. सुरुवातीच्या तीन वर्षांत कमीत कमी मासिक समान हप्ता भरण्याची सुविधा यात आहे. तीन वर्षांनंतर या मासिक हप्त्यात योग्य तो बदल केला जातो.

'फ्लीप' पर्यायात सुरुवातीच्या कालावधीत समान मासिक हप्त्याचे (इएमआय) प्रमाण अधिक असते. गृहकर्जदाराचे एकूण उत्पन्नाचे प्रमाण ज्या कालावधीनंतर कमी होणार आहे, त्या वर्षापासून समान मासिक हप्त्याचे प्रमाण कमी केले जाते.

'ॲक्सिलरेशन ऑफ इएमआय' पर्यायात वाढत्या उत्पन्नाबरोबरच मासिक हप्त्याची रक्कम वाढवता येते. त्यामुळे गृहकर्जाची परतफेड लवकर होते. करसवलतींचा लाभही घेता येतो. तसेच, करनियोजनासह गुंतवणूक नियोजनास हा पर्याय साहाय्यकारी ठरतो.

'फिक्स्ड रेट' व 'ॲडजस्टेबल रेट होम लोन' हे दोन पर्याय सर्वांच्याच परिचयाचे आहेत. परंतु या दोन पर्यायांच्या संयुक्त पर्यायांतून दोन्ही पर्यायांतील चांगल्या बाबींचा वापर करता येतो.

गृहकर्ज समुपदेशन ही संकल्पना प्रत्यक्ष कृतीत आणल्यामुळे बहुसंख्य ग्राहकांच्या आजवर न विचारलेल्या प्रश्नांना उत्तरे मिळत आहेत. कोणीही व्यक्ती गृहकर्ज समुपदेशनासाठी गृहवित्त कंपन्यांकडे जाऊन, योग्य त्या पर्यायांची निवड प्रशिक्षित समुपदेशकाद्वारे विनामूल्य करू शकणार आहे. हे समुपदेशन करून घेतल्यावर त्या बँकेकडून किंवा गृहवित्त कंपनीकडूनच कर्ज घेतले पाहिजे, असे बंधन ग्राहकांवर नाही. अशा प्रकारच्या गृहकर्ज समुपदेशनामुळे ग्राहकाची मोठी गरज भागली आहे, आपल्या राहणीमानाला आणि कर्ज परतफेडीच्या क्षमतेला कोणता पर्याय उपयुक्त ठरतो, हे गृहकर्ज-इच्छुकाला आधीच कळल्यामुळे घर घेताना गृहकर्जाची प्रक्रिया सुलभ होऊन त्याच्या गृहप्रवेश ताणविरहित होतो.

■■■

गृहकर्ज मंजुरीचे निकष

गृहकर्ज घेण्यासाठी कर्ज-इच्छुक ज्या वेळी बँकेकडे किंवा वित्तसंस्थेकडे जातो, त्या वेळी त्याची कर्ज परतफेडीची क्षमता प्रथम अजमावून पाहिली जाते. ही कर्जफेडीची क्षमता तपासण्यासाठी बँक किंवा वित्तसंस्था जे निकष लावतात, त्यांची माहिती असेल तर गृहकर्ज मंजुरीची प्रक्रिया जलद होऊन मानसिक ताण निश्चितच हलका होतो.

घर किंवा फ्लॅट निवडलेले नसतानाही बँक किंवा वित्त संस्थांकडून तत्त्वत: गृहकर्ज मंजूर करून घेता येते. या कर्जाच्या रकमेची मंजुरी निश्चित करण्यासाठी पगारदारांना मागील तीन महिन्यांच्या सॅलरी स्लिप्स (काही बँका किंवा वित्तसंस्था सहा महिन्यांच्या सॅलरी स्लिप्स मागवतात) द्याव्या लागतात.

उत्पन्न दर्शवणारी कागदपत्रे किंवा पगारपत्रकात खोटे बदल करू नयेत. त्यांची सत्यता पडताळताना ते उघडकीस येऊ शकते. बँक स्टेटमेंटमधील किंवा पासबुकातील नोंदी व्यवस्थित आणि योग्य असाव्यात. निधीअभावी परत गेलेले चेक, चेक परत जाण्याचे बँकेने लावलेले शुल्क व खात्यातील शिल्लक कमीत कमी मर्यादेपेक्षा खाली आल्याबद्दल बँकेने लावलेले दंडात्मक आकार इत्यादी बाबी पासबुकात व स्टेटमेंटमध्ये आढळल्यास कर्जमंजुरीबाबतचा निर्णय तुमच्या विरोधात जाऊ शकतो. दरमहा काही रकमेची तुम्ही बचत करता, ही बाब कर्ज मंजुर करणाऱ्या अधिकाऱ्याला कागदोपत्री पटणे आवश्यक असते.

स्वयंरोजगार असलेले किंवा व्यावसायिकांचे ताळेबंद व नफा-तोटापत्रकांचा समावेश असलेली कागदपत्रे अर्जासोबत जोडणे आवश्यक असते.

क्रेडिट कार्डावरची सातत्याने केलेली खरेदी तुमच्या कर्जफेडीची क्षमता कमी करण्यास अप्रत्यक्षपणे कारणीभूत होते. गृहकर्ज घेण्याच्या किमान सहा महिने आधी क्रेडिट कार्डाच्या व्यवहारांना आळा घालावा.

पगारदार कर्ज-इच्छुकाचे वय आणि सध्याचे मासिक उत्पन्न लक्षात घेऊन, मासिक उत्पन्नाच्या किमान २४ पट ते कमाल ५० पटींपर्यंत सर्वसाधारणपणे कर्ज उपलब्ध होऊ शकते. काही बँका व वित्तसंस्था गृहकर्ज- इच्छुकाची पार्श्वभूमी, उच्चशिक्षण व उच्च दर्जाची नोकरी लक्षात घेऊन, मासिक वेतनाच्या ५०

पट कर्ज देऊ करतात. व्यावसायिक व धंदेवाईक यांच्यासाठी तीन वर्षांच्या उत्पन्नाच्या सरासरीच्या चौपट ते पाचपट रकमेपर्यंत गृहकर्ज मंजूर होऊ शकते.

गृहकर्जदाराचे वय गृहकर्जाची रक्कम निश्चित करण्यासाठी महत्त्वपूर्ण घटक ठरतो.

कर्जाच्या अर्जासोबत तसेच नंतरही जेवढी कागदपत्रे आपल्याकडून सादर केली जातात, त्यांची झेरॉक्स काढून त्या प्रतींची एक फाईल आपल्याजवळ संदर्भासाठी तयार करून ठेवावी.

गृहकर्ज घेताना सहअर्जदार (को-अॅप्लिकंट) म्हणून कोणाला ठेवता येते याचेही काही निकष आहेत. कोणत्या नात्याच्या व्यक्तीस सहअर्जदार करता येते आणि कोणत्या नाही, ते गृहकर्जाचा अर्ज भरण्याआधी लक्षात घेणे महत्त्वाचे ठरते. सख्खे भाऊ-बहीण, सख्ख्या बहिणी आणि अवयस्क व्यक्ती (मायनर) यांना सहअर्जदार म्हणून वित्तसंस्था कधीच स्वीकारत नाहीत. आई-वडील व मुलगा (एकुलता एक असेल तरच) व आई-वडील व मुलगी (एकुलती एक असेल तरच) सहअर्जदार म्हणून गृहकर्जासाठी अर्ज करू शकतात. पती-पत्नी सहअर्जदार म्हणून सहजपणे अर्ज करू शकतात. तसेच, दोन सख्खे भाऊसुद्धा सहअर्जदार म्हणून गृहकर्जासाठी अर्ज करू शकतात.

वयोगट	**कमाल कर्जाच्या मर्यादा**	**कमाल कर्जफेडीची मुदत**
२५ ते ३५ वर्षे	मासिक उत्पन्नाच्या ५० पट किंवा तीन वर्षांच्या वार्षिक सरासरी उत्पन्नाच्या चौपट रक्कम	३० वर्षांपर्यंत
३६ ते ४५ वर्षे	मासिक उत्पन्नाच्या ४५ ते ४५ पट किंवा तीन वर्षांच्या वार्षिक सरासरी उत्पन्नाच्या साडेतीनपट रक्कम	२० ते १५ वर्षांपर्यंत
४६ ते ५५ वर्षे	मासिक उत्पन्नाच्या ३० पट किंवा तीन वर्षांच्या वार्षिक सरासरी उत्पन्नाच्या तिप्पट रक्कम	१५ ते १० वर्षांपर्यंत
५५ वर्षांहून अधिक	मासिक उत्पन्नाच्या २५ पट किंवा तीन वर्षांच्या वार्षिक सरासरी उत्पन्नाच्या अडीचपट	सात ते पाच वर्षांपर्यंत

बँकांसाठी गृहकर्जाबाबत रिझर्व्ह बँकेची मार्गदर्शक तत्त्वे

नागरी बँकांनी गृहनिर्माण योजनांना किंवा घरकर्जास वित्तसाहाय्य करण्यासाठी रिझर्व्ह बँकेने प्रथम १९८३मध्ये परिपत्रक काढले. त्यानंतर २७ जून १९८७ रोजी सुधारित परिपत्रक (क्र. युबीडीपी अॅण्ड ओ/१०७/युबी, ३१ ८६-८७) अन्वये रिझर्व्ह बँकेने या बँकांसाठी मार्गदर्शक तत्त्वे अमलात आणली. त्यानंतर डिआयआर बीसी १३/०८.१२.००१/२०१५-१६ या नवीन परिपत्रकाने सर्व शेड्युल्ड व्यापारी बँकांसाठी गृहकर्जासंबंधीत मार्गदर्शक तत्त्वे अमलात आणली.

अनुसूचित जाती आणि जमातींसाठी, तसेच झोपडपट्टी विकास योजनेंतर्गत राज्य सरकारने मंजूर केलेल्या झोपडीधारक, अल्प आणि मध्यम उत्पन्नवर्गातील लोकांसाठी असलेल्या गृहयोजनांसाठी व सध्याच्या राहत्या घराच्या दुरुस्ती आणि विस्ताराबरोबरच नूतनीकरणासाठी कर्जे देण्याबाबत बँकांना सूचना दिली आहे.

बँका हे कर्ज व्यक्ती, सहकारी संस्था, गृहनिर्माण मंडळे व स्थानिक प्राधिकरण यांना देऊ शकतात.

पगारदार कर्ज-इच्छुकाचे वय आणि सध्याचे मासिक उत्पन्न लक्षात घेऊन, मासिक उत्पन्नाच्या किमान २४ पट ते कमाल ५० पटींपर्यंत सर्वसाधारणपणे कर्ज उपलब्ध होऊ शकते. काही बँका व वित्तसंस्था गृहकर्ज- इच्छुकाची पार्श्वभूमी, उच्चशिक्षण व उच्च दर्जाची नोकरी लक्षात घेऊन, मासिक वेतनाच्या ५० पट कर्ज देऊ करतात. व्यावसायिक व धंदेवाईक यांच्यासाठी तीन वर्षांच्या उत्पन्नाच्या सरासरीच्या चौपट ते पाचपट रकमेपर्यंत गृहकर्ज मंजूर होऊ शकते.

प्राधान्यकृत घटकांसाठी प्रादेशिक ग्रामीण बँकांना, जर घराची एकूण किंमत २५ लाख रुपयांहून अधिक नसेल तर वैयक्तिक कर्ज-इच्छुकास २० लाख रुपयांपर्यंतच अर्थसाहाय्य करण्याचे सूचित केले आहे.

व्यक्तिगत गृहकर्ज देण्यासाठी घराच्या एकूण किमतीच्या किती टक्के कर्ज-रक्कम मर्यादित हवी ते पुढील तक्त्यात दिले आहे.

२० लाख रुपयांपर्यंत	९०%
२० लाख रुपये ते ७५ लाख रुपये	८०%
७५ लाख रुपयांपेक्षा अधिक	७५%

घरांच्या एकूण किमतीत मुद्रांक शुल्क, नोंदणी शुल्क आणि इतर कागदपत्रांचा खर्च समाविष्ट असू नये.

सरकारी तारणावर किंवा मालमत्तेच्या तारणावर हे गृहकर्ज देण्याची सूचना आहे. हे गृहकर्ज सर्वसाधारणपणे १० वर्षांत फेडले पाहिजे. अपवादात्मक व्यक्तीला किंवा संस्थांना १५ वर्षांचीही मुदत दिली जाते.

घरदुरुस्ती, नूतनीकरण किंवा विस्तार यासाठी एका व्यक्तीला जास्तीत जास्त ७५,००० रुपयांपर्यंत गृहकर्ज उपलब्ध होऊ शकते. बँकांनी आपल्या एकूण ठेव उत्पन्नाच्या स्त्रोताच्या १५ टक्क्यांपर्यंत गृहकर्जे देण्याचे बंधन बँकांवर आहे. आधी उल्लेखलेल्या उत्पन्न वर्गवारीप्रमाणे आर्थिकदृष्ट्या मागास गटातील व्यक्तींना तीन लाख रुपयांहून अधिक गृहकर्ज देता येत नाही, तर अल्पउत्पन्न गटातील व्यक्तींना सहा लाख रुपयांचे गृहकर्ज देता येईल.

कर्जावरील व्याजाचा दर रिझर्व्ह बँक वेळोवेळी जाहीर करेल त्या पतधोरणांनुसार ठरवण्यात येईल.

ग्रामीण भागातील गृहबांधणीच्या आणि घरदुरुस्तीच्या समस्येची उकल करण्यासाठी कर्जे घेऊ इच्छिणाऱ्या व्यक्तीने आपल्या ग्रामीण भागातील घराच्या एकूण किमतीच्या एक-तृतीयांश रक्कम भरल्यावर उर्वरित रकमेसाठी सर्वसाधारण व्याजदराने गृहकर्ज उपलब्ध केले आहे.

ज्या गावाची किंवा शहराची लोकसंख्या ५० हजारांहून अधिक नाही, अशाच ग्रामीण क्षेत्रात ही योजना राबवली जात आहे. ही योजना राबवण्यासाठी शेड्युल्ड व्यापारी बँका, शेड्युल्ड राज्य सहकारी बँका, क्षेत्रीय ग्रामीण बँका, राज्य सहकारी कृषी आणि ग्रामीण विकास बँका, सहकारी गृहवित्तसाहाय्य शिखर संस्था आणि गृहवित्त कंपन्या यांना राष्ट्रीय आवास बँकेकडून अर्थसाहाय्य केले जात आहे.

या योजनेंतर्गत देण्यात येणारे गृहकर्ज जास्तीत जास्त १५ वर्षे मुदतीसाठी देण्यात येत आहे. रिझर्व्ह बँकेच्या मार्गदर्शक तत्त्वांनुसार व्यापारी बँकांना या कर्जावरील व्याजाचा दर सवलतीच्या दराने आकारता येईल. गृहकर्ज देणाऱ्या बाकीच्या सहकारी संस्था व कंपन्यांना राष्ट्रीय आवास बँकेने कर्जावरील व्याजदर योग्य प्रमाणात ठरवण्याची मुभा दिली आहे. ■■■

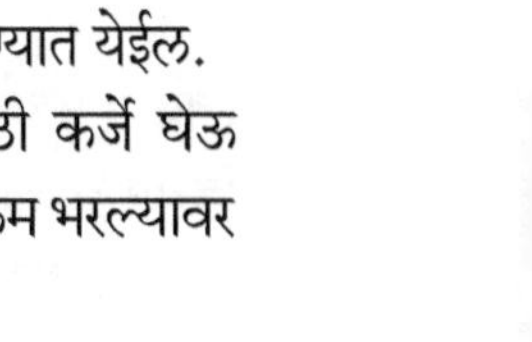

गृहकर्ज देणाऱ्या वित्तसंस्थेची निवड

एखाद्या गृहवित्तसंस्थेकडून गृहकर्ज घेण्याआधी त्या वित्तसंस्थेबाबत मूलभूत माहिती घेणे लाभकारी ठरू शकते. घराच्या निवडीपासून ते कागदपत्रे तयार करून गृहकर्जाच्या प्रक्रियेपर्यंत या घर घेण्याच्या प्रवासात येणाऱ्या अडचणी दूर करण्यास कंपनी मदत करू शकते का, हे प्रथम बघावे.

भरपूर गुंतवणूक आणि स्वतःचे घर असणे, हे बहुसंख्य लोकांचे प्रेमभरे स्वप्न असते. आपल्या आवडीचे घर खरेदी करणे पूर्वीइतके कठीण राहिलेले नाही. यासाठी गृहवित्त संस्थांच्या गृहकर्जाचे आभार मानले पाहिजे. गृहकर्ज देणाऱ्या कंपन्यांमधील वाढत्या स्पर्धेमुळे ग्राहकांना मूल्यवर्धित सेवा, नवनवीन कर्जउत्पादनांसह स्पर्धात्मक व्याजदर आणि पर्याय उपलब्ध झालेले आहेत. परंतु हे सर्व पर्याय लक्षात घेता प्रत्येक संस्था वेगवेगळ्या पद्धतीने ग्राहकाला गुंडाळत असल्याने ग्राहकांच्या मनात काही प्रश्न आल्याशिवाय राहत नाहीत. इतक्या संख्येने पुढ्यात आलेल्या गृहकर्ज योजनांतून योग्य योजना निश्चित करताना किती ग्राहक खरोखरच विचार करतात?

एखाद्या गृहवित्तसंस्थेकडून गृहकर्ज घेण्याआधी त्या वित्तसंस्थेबाबत मूलभूत माहिती घेणे लाभकारी ठरू शकते. घराच्या निवडीपासून ते कागदपत्रे तयार करून गृहकर्जाच्या प्रक्रियेपर्यंत या घर घेण्याच्या प्रवासात येणाऱ्या अडचणी दूर करण्यास कंपनी मदत करू शकते का, हे प्रथम बघावे. कदाचित कमी व्याजदराची पहिल्यांदा भुरळ पडते. पण जेव्हा तुम्ही कर्जाचा अवधी १५ किंवा २० वर्षांचा ठेवणार असता त्या वेळी गृहवित्तसंस्थेची दर्जात्मक सेवा, कटिबद्धता आणि पारदर्शकता हे घटकही महत्त्वपूर्ण ठरतात.

सध्याच्या काळातील व्याजदरातील चढउतारांच्या पार्श्वभूमीवर ग्राहकांना प्रश्न पडतो, की स्थिर व्याजदराचे गृहकर्ज योग्य आहे, की बदलत्या व्याजदराचे (फ्लोटिंग रेट) गृहकर्ज, हे आता निश्चित करणे गरजेचे बनले आहे. ज्या वेळी व्याजाचे दर कमी होतात, त्या वेळी ग्राहकांना बदलत्या व्याजदराचा पर्याय सुखकारी वाटतो. पण जेव्हा व्याजदरात वाढ होते, त्या वेळी स्थिर व्याजदराचा पर्याय योग्य वाटतो. परंतु

भविष्यातील व्याजदरात होणाऱ्या बदलांची शक्यता लक्षात घेता, बदलता व्याजदरच लाभदायक ठरू शकतो. स्थिर व्याजदराचा पर्याय आता उपलब्ध केला जात नाही. ज्या वेळी ग्राहक, स्थिर व्याजदराचा पर्याय घ्यावी की बदलत्या व्याजदराचा, असा संभ्रमित होतो, त्या वेळी गृहकर्ज देणाऱ्या वित्तसंस्थेने ग्राहकाला मार्गदर्शन करून त्याबाबतची माहिती दिली पाहिजे. ग्राहकांच्या गरजा, आवश्यकता आणि जोखीम घेण्याची क्षमता बघून अंतिम निर्णय ग्राहकावरच सोपवावा. ग्राहक जोखीम घेणारा असेल तर त्यास बदलत्या व्याजदराचा पर्याय योग्य वाटतो. परंतु ग्राहकांच्या हेही लक्षात आले पाहिजे, की गृहकर्जे ही प्रदीर्घ अवधीची असतात आणि तेवढ्या अवधीत व्याजदरात चढउतार होऊ शकतो. काही गृहवित्तसंस्था व्याजदरातील बदलामुळे कर्जफेडीचा समान मासिक हप्त्यांत (इएमआय) बदल करण्याऐवजी कर्जफेडीच्या अवधीत बदल करतात. त्यामुळे व्याजदर बदलाचा त्वरित परिणाम ग्राहकाला जाणवत नाही.

एखादा ग्राहक जोखीम घेण्याच्या विरुद्ध प्रवृत्तीचा असेल तर त्यास स्थिर व्याजदराचा पर्याय योग्य ठरतो. कारण कोणत्याही प्रकारच्या व्याजदरातील बदलापासून तो संरक्षित असतो. परंतु हा स्थिर व्याजदराचा पर्याय स्वीकारणाऱ्यांनी, हे गृहकर्ज देणाऱ्या वित्तसंस्थेने कर्जकरारात एका कलमान्वये नाणेबाजारातील विसंगत अवस्था किंवा कंपनीच्या बदललेल्या अंतर्गत धोरणांनुसार हा स्थिर व्याजदर बदलण्याचा हक्क राखून ठेवलेला आहे की नाही, याची दक्षता घेतली पाहिजे. एचडीएफसीसारखी कंपनी कर्जअवधी पूर्णतः संपेपर्यंत व्याजदर स्थिरच ठेवते. दोन्ही प्रकारच्या व्याजदरातील जोखमीचे नियोजन करून, स्थिर व्याजदर आणि बदलता व्याजदर यांचे मिश्रण असलेला संयुक्त व्याजदाचा गृहकर्जप्रकार दोन्ही व्याजदर योजनांचा लाभ देऊ शकेल. जास्तीचा समान मासिक हप्त्यांचा (इएमआय) भार डोक्यावर न येता अधिकाधिक कर्ज कसे मिळवू शकू, याबाबत दक्ष राहिलेच पाहिजे. गृहवित्तसंस्था ग्राहकाला सहअर्जदार म्हणून संयुक्तपणे अर्ज करण्यास संमती देत असल्याने आणि संयुक्त अर्जदाराचे उत्पन्नही कर्जफेडीची क्षमता उंचावत असल्याने अधिकाधिक कर्ज देऊन दरमहा समान मासिक हप्त्यांत सुलभपणे कर्जफेड होण्याची सुविधा उपलब्ध होते. अशा प्रकारे केलेली कर्जफेडीची रचना ग्राहकांना करफायदे मिळवून देणारी ठरते.

गृहकर्जाच्या परतफेडीसाठी मुदतही दीर्घ अवधीची बांधिलकी असल्याने ही कर्जफेड १५ ते २० वर्षांत करायची असते. या काळात काही दुर्घटना घडली तर त्या कर्जदाराच्या कुटुंबावर कर्जाचे ओझे पडणार नाही, याची काळजी घेणे आवश्यक आहे. या सर्व अनिश्चित घटना आणि कर्जफेडीचा प्रदीर्घ अवधी लक्षात घेऊन विमा कंपनीकडून विमा उतरवणे योग्य ठरते. या योजनेमुळे कर्जदाराचा मृत्यू झाल्यास शिल्लक राहिलेली गृहकर्जाची रक्कम गृहवित्तसंस्थेद्वारे फेडली जाते. ही योजना एकरकमी हप्त्याची व कमी होत जाणाऱ्या मुदतीच्या विम्याची असते आणि वर्षानुवर्षे कमी होत जाणाऱ्या विमा रकमेमुळे ग्राहक फक्त जेवढ्या जोखीम संरक्षणाची गरज आहे तेवढ्यासाठीच हप्ता भरत असतो. ही सुविधा प्राप्त होण्यासाठी आगाऊ एकरकमी हप्ताही भरता येतो.

ज्या गृहवित्तसंस्था गेली कित्येक वर्षे प्रस्थापित आहेत आणि ग्राहकसेवा तत्परतेने देण्यासाठी परिचित आहेत अशांकडेच जाणे योग्य ठरते. दुसरा मोठा फायदा म्हणजे स्थावर मालमत्तेच्या किमती, कायदेशीर बाजू, पुनर्विक्रीसंबंधित बाबी, कायदेशीर व तांत्रिक बाबी इत्यादींचे ज्ञान कंपन्यांच्या इतक्या वर्षांच्या अनुभवानंतर ग्राहकाला खजिन्यासारखे मिळत असते.

■■■

फिक्स्ड, फ्लोटिंग की टू-इन-वन रेट?

गृहवित्त साहाय्य करणाऱ्या कंपनीने प्रत्येक गृहकर्ज योजनेचे ग्राहकाच्या दृष्टीने होणारे फायदे-तोटे लक्षात घेऊन, ग्राहकहित सांभाळूनच योग्य योजनेचा पर्याय सुचवला पाहिजे. ग्राहकांना त्यांच्या गरजा, आवश्यक बाबी आणि जोखीम घेण्याची क्षमता लक्षात आणून देऊन अंतिम निर्णय ग्राहकावरच सोपवावा.

फिक्स्ड रेट स्वीकारायचा की फ्लोटिंग रेट अशी द्विधा मनःस्थिती सध्या गृहकर्जे घेऊ इच्छिणाऱ्यांची आहे. यासाठी वित्तसंस्थांनी फिक्स्ड रेट व फ्लोटिंग रेट यांचे मिश्रण असलेला पर्याय दिलेला असतो. गृहकर्ज-इच्छुकांनी एकूण कर्जाच्या रकमेपैकी किती भाग फिक्स्ड रेटवर ठेवायचा व उर्वरित भाग फ्लोटिंग रेटवर ठेवायचा ते सांगायचे. त्यामुळे दोन्ही प्रकारांचा लाभ घेता येतो. फ्लोटिंग रेट प्रकारातील केलेल्या कर्जाच्या परतफेडीस कोणतेही शुल्क आकारले जात नाही. गृहकर्जातील असा 'टू-इन-वन' प्रकार स्वीकारल्यास 'स्वीच ओव्हर' शुल्काची गरज भासणार नाही आणि दोन्ही प्रकारच्या कर्जाचा लाभ घेता येतो.

समजा, एखाद्या व्यक्तीने १० लाख रुपयांचे गृहकर्ज घेऊन चार लाख रुपयांचा भाग फ्लोटिंग रेटवर ठेवून, उर्वरित सहा लाख रुपयांचा भाग फिक्स्ड रेटवर ठेवला. या व्यक्तीकडे असलेल्या इतर गुंतवणुकीतून येत्या दोन वर्षांत चार लाख रुपये येणार असल्याने हे चार लाख रुपये फ्लोटिंग रेटवरील चार लाख रुपयांच्या भागाच्या परतफेडीस उपयुक्त ठरतील आणि त्यासाठी कोणतेही शुल्क द्यावे लागणार नाही. उर्वरित सहा लाख रुपयांचे कर्ज कर्जफेडीच्या ठरवलेल्या मुदतीत स्थिरच असलेल्या व्याजदराने फेडणे त्या व्यक्तीला सुलभ ठरेल. गृहकर्ज स्वीकारताना उपरोक्त टू-इन-वन प्रकार स्वीकारायचा की दोहोंपैकी एकच स्वीकारायचा, याची स्पष्ट विचारणा त्या-त्या वित्तसंस्थेत जाऊन संबंधित कर्जसमुपदेशकास किंवा अधिकाऱ्यास करणे गृहकर्जदाराच्या हिताचे ठरते. गृहकर्जसमुदेशकांकडे गृहकर्जव्यवसायातील एजंटांपेक्षा खरी आणि चांगली माहिती मिळून योग्य मार्गदर्शन होईल.

फ्लोटिंग रेटमध्ये पाव आणि अर्धा टक्क्याची दरवाढ करून फिक्स्ड रेट स्वीकारलेल्यांच्या मनात भीती निर्माण करायची आणि त्यांना फ्लोटिंगवरून फिक्स्डवर बदलून घेण्यासाठी अडीच ते पावणेतीन टक्क्यांचा आकार (हा जिझिया कराचाच प्रकार म्हणायला हवा.) लावायचा, ही नवी उत्पन्न देणारी क्लृप्ती गृहकर्ज देणाऱ्या काही बँकांनी आणली होती. फ्लोटिंगवरून फिक्स्डवर बदलून येण्यासाठी हा 'स्वीच ओव्हर चार्ज' असल्याचे म्हटले असले तरी गृहकर्जावरील व्याजदर वाढत असल्याचे बघून, प्रत्यक्ष कर्जपरतफेडीचे किंवा समान मासिक हप्त्यांतील फरकाचे गणित करून न बघता स्वीच ओव्हरचा निर्णय घेतला जातो. खरे म्हणजे, प्रत्येक गृहकर्जदाराच्या कर्जप्रकरणानुसार त्यात बदल अपेक्षित असतो. परंतु प्रत्येक गृहकर्जदारागणिक विचार न होता किंवा त्याला तसा सल्ला न देता, व्याजदरवाढीतून गृहकर्जावर वाढीव दराने व्याजाची रक्कम भरावी लागणार असल्याचाच नेमका संदेश पोहोचवला जातो. पण रिझर्व्ह बँकेच्या हस्तक्षेपाने आता असे होत नाही.

नवीन गृहकर्ज घेणाऱ्यांनी व सध्याच्या गृहकर्जदारांनी आपापली गृहकर्जे व त्यावरील व्याजदराचा प्रकार आधी वित्तसंस्थांकडून समजून घ्यावा आणि मगच नेमका निर्णय घ्यावा.

हाच मुद्दा लक्षात घेऊन गृहकर्जवित्तसंस्थांनी 'टू-इन-वन होम लोन' ही एक वेगळी योजना आणली आहे. या योजनेनुसार गृहकर्ज-इच्छुक त्यांचे गृहकर्ज स्थिर व्याजदरात आणि बदलत्या व्याजदरात विभागून घेण्याचा पर्याय स्वीकारू शकतात. यात गृहकर्जाच्या एका हिश्शावरील व्याजदरात कोणताही बदल न होता तो स्थिर राहतो; तर उर्वरित हिश्शांवरील व्याजदर बाजारात ज्याप्रमाणे व्याजदर बदलतील त्याप्रमाणे बदलणारा असेल.

गृहवित्त साहाय्य करणाऱ्या कंपनीने प्रत्येक गृहकर्ज योजनेचे ग्राहकाच्या दृष्टीने होणारे फायदे-तोटे लक्षात घेऊन, ग्राहकहित सांभाळूनच योग्य योजनेचा पर्याय सुचवला पाहिजे. ग्राहकांना त्यांच्या गरजा, आवश्यक बाबी आणि जोखीम घेण्याची क्षमता लक्षात आणून देऊन अंतिम निर्णय ग्राहकावरच सोपवावा.

समजा, श्री. अ यास नवीन घर घेण्यासाठी १० लाख रुपयांच्या गृहकर्जाची गरज आहे. येत्या काही महिन्यांत त्याचे जुने घर विकून सहा लाख रुपये अपेक्षित आहेत. अशा वेळी श्री. अ टू-इन-वन होम लोन योजनेअंतर्गत १० लाख रुपयांचे गृहकर्ज घेऊ शकतात. त्यापैकी सहा लाख रुपयांचे गृहकर्ज बदलत्या व्याजदरांसाठी (फ्लोटिंग रेट), तर बाकीचे चार लाख रुपयांचे गृहकर्ज स्थिर व्याजदराने घेता येते. बदलत्या व्याजदर योजनेत मुदतपूर्व परतफेड करण्यासाठी कोणतेही शुल्क किंवा दंड आकारला जात नसल्याने त्यांना जुन्या घराच्या विक्रीवर ना अवलंबून राहावे लागते, ना नवीन घराच्या किमतीसाठी तडजोड करावी लागते.

ज्यांच्या गुंतवणुकींची मुदतपूर्ती अपेक्षित आहे, अशांनाही या योजनेचा फायदा आहे. तेसुद्धा अशा प्रकारच्या एकत्रित कर्जयोजनेसाठी जाऊन गुंतवणुकीतून आलेल्या उत्पन्नाद्वारे बदलत्या व्याजदरावर स्वीकारलेल्या गृहकर्जाची परतफेड करू शकतात. उदाहरणार्थ, जर एखाद्याचे गृहकर्ज १२ लाख रुपयांचे आहे आणि आगामी तीन वर्षांत त्याच्याकडील रिझर्व्ह बँकेच्या चार लाख रुपयांच्या रोख्यांची (बॉण्ड) मुदतपूर्ती आहे. हे लक्षात घेऊन सात लाख रुपयांचे गृहकर्ज स्थिर व्याजदराने, तर उर्वरित पाच लाख रुपयांचे गृहकर्ज बदलत्या व्याजदराने ती व्यक्ती घेऊ शकतो. बदलत्या व्याजदरावरील गृहकर्जाच्या हिश्शाची परतफेड रिझर्व्ह बँकेच्या रोख्यांच्या मुदतपूर्तीच्या रकमेतून देऊन, मुदतपूर्व कर्जफेडीच्या शुल्कात मोठी बचत करू शकतो. त्याचे कारण बदलत्या व्याजदरातील कर्जाच्या परतफेडीस हे शुल्क नसते.

गृहवित्त साहाय्य करणाऱ्या कंपनीने प्रत्येक गृहकर्ज योजनेचे ग्राहकाच्या दृष्टीने होणारे फायदे-तोटे लक्षात घेऊन, ग्राहकहित सांभाळूनच योग्य योजनेचा पर्याय सुचवला पाहिजे. ग्राहकांना त्यांच्या गरजा, आवश्यक बाबी आणि जोखीम घेण्याची क्षमता लक्षात आणून देऊन अंतिम निर्णय ग्राहकावरच सोपवावा.

एखादा असाही विचार करतो, की छोट्या अवधीसाठी स्थिर व्याजदराचा पर्याय (जेव्हा व्याजदर वाढणारे असतात तेव्हा) घेऊन नंतर बदलत्या व्याजदराच्या पर्यायात (जेव्हा व्याजदर उतरणारे असतात तेव्हा) बदलून घेऊ. या प्रकारच्या बदलासाठी शिल्लक गृहकर्ज रकमेच्या अर्धा ते पाव टक्के रक्कम दंडआकार म्हणून द्यावी लागते. कमीत कमी व्याज देण्यासाठी आपण केलेला हा बदलच मुळात चुकलेला असतो, नाही का?

दोन्ही प्रकारच्या एकत्रित कर्जात ग्राहकाला दोन मार्गांनी लाभ होतात. एक म्हणजे, स्थिर व्याजदरावरील कर्जामुळे वाढणाऱ्या व्याजदरांची जोखीम नियोजनास मदत होते. कारण, गृहकर्जावरील स्वीकारलेला दर स्थिर राहणार असतो. ज्या वेळी व्याजदरात घसरण होते त्या वेळी बदलत्या व्याजदराचा लाभ कर्जदाराला मिळतो. स्थिर व्याजदराच्या तुलनेत बदलता व्याजदर हा कायम कमीच राहिला असल्याने बदलत्या व्याजदरातील गृहकर्जाच्या हिश्शावर ग्राहक कमीच व्याज भरतो.

परंतु कर्जदाराने एक खातरी करून घेतली पाहिजे की, आपण स्वीकारलेल्या स्थिर व्याजदराचा गृहकर्जाच्या हिश्शावरील व्याजदर खरोखरच स्थिर आहे का? गृहकर्ज देणाऱ्या बहुसंख्य वित्तसंस्थांनी त्यांच्या कर्जाच्या करारनाम्यात नाणेबाजारातील विसंगत अवस्थेत किंवा कंपनीच्या अंतर्गत बदलणाऱ्या धोरणांमुळे हा स्थिर व्याजदर वाढवण्याचा हक्क राखून ठेवत असल्याचे म्हटलेले असते. याबाबत ग्राहकाला कळवण्यातही येत नाही. स्थिर व्याजदराचा व बदलत्या व्याजदराचा पर्याय एकत्रितपणे घेताना कर्जदार त्याच्या गरजेनुसार प्रमाण ठरवू शकतो. याचाच अर्थ, तो गृहकर्जाच्या ७५ टक्के हिस्सा स्थिर व्याजदरासाठी आणि उर्वरित २५ टक्के हिस्सा बदलत्या व्याजदरासाठी ठेवू शकतो. एवढेच नव्हे, तर हे प्रमाण ६०% : ४०% किंवा ५०% : ५०% असेही ग्राहकांच्या जोखीम स्वीकारण्याच्या भावनेनुसार घेता येते.

व्याजदरात वृद्धी होण्याच्या काळात गृहकर्जदार व्याजदरांची जोखीम कमी करून व्याजाचा भार या टू-इन-वन योजनेद्वारे कमी करू शकतात. स्थिर आणि बदलत्या व्याजदरांसह घेतलेल्या गृहकर्जामुळे गृहकर्ज-इच्छुक दोन्ही प्रकारांतील जोखीम व जबाबदाऱ्यांचे योग्य प्रकारे विश्लेषण करून नियंत्रण ठेवू शकतो. हे सर्व ग्राहक 'राजा' आहे म्हणूनच, नव्हे का?

■■■

गृहकर्ज कसे मिळवाल ?

राहत्या घरासाठी गुंतवणूक करण्यास प्रथम पसंती देणे इष्ट ठरते; कारण काही अपवाद वगळता घरातील गुंतवणूक, उत्पन्नाचा दर आणि भांडवलीवृद्धी चांगलीच दर्शवते. जर त्या घरापासून भाडेरूपात उत्पन्न येत असेल तर स्थिर उत्पन्नाचा स्रोत मिळतो. राहत्या घरासाठी काढलेले गृहकर्ज आयकर वाचवण्यासाठी उपयुक्त ठरते.

घराच्या गुंतवणुकीत जोखीम फारच कमी असली तरी घराच्या संबंधित कागदपत्रांची नीट तपासणी व छाननी करणे आवश्यक आहे :

- फ्लॅट विक्रेत्याबरोबर प्राथमिक बोलणी पूर्ण केल्यावर मान्य झालेल्या अटी, रोख रकमेचा हिस्सा, चेकद्वारे द्यायची रक्कम, बयाणा (टोकन अमाउंट) रक्कम आणि घराचा ताबा देण्याची अंदाजित तारीख, दोन कागदांवर नमूद करून एक कागद त्याच्याकडे तर दुसरा कागद स्वतःकडे ठेवावा.
- बिल्डरबरोबर व्यवहार करण्यापूर्वी त्यांची आजवरची गृहसंकुले, विश्वासार्हता आणि कामाचा दर्जा याची माहिती आधी काढून ठेवावी. जाहिरातींच्या भूल-भुलय्याला बळी पडून नको ती जोखीम स्वीकारू नये.
- सहकारी गृहनिर्माण संस्थेतील फ्लॅट किंवा घर घेताना त्या संस्थेच्या सचिवाला किंवा अध्यक्षाला भेटून मूळ कागदपत्रांची शहानिशा करून त्या फ्लॅटवर अथवा घरावर कोणतेही देणे शिल्लक नसल्याची खातरी करावी.
- संस्थेकडील इमारतीच्या प्रमाणित आराखड्याची ब्ल्यू प्रिंट (प्लॅन) पाहून किंवा प्रत्यक्ष मोजून त्या फ्लॅटचे क्षेत्रफळ (एरिया) योग्य असल्याची खातरी करावी.
- फ्लॅट विक्रेत्याने व खरेदीदाराने आपापल्या चार्टर्ड अकाउंटंट किंवा आयकर सल्लागाराकडून करविषयक बाबी निश्चित करून त्याप्रमाणे करार व व्यवहार करणे हिताचे ठरते. काही वेळा विक्रेत्याला प्राप्तीकर खात्याकडून 'ना हरकत' प्रमाणपत्र आणावे लागते.
- गृहकर्ज देणाऱ्या कोणत्याही कंपनीकडून किंवा बँकेकडून किंवा नोकरीच्या ठिकाणाहून कर्ज किती व कधी घ्यायचे, त्याची आखणी करावी.

- कर्ज देण्याबाबत कोणत्या गृहवित्त कंपनीकडून किंवा बँकेकडून तत्पर सेवा मिळू शकेल याचा माहितीपत्रकांवरून अंदाज घेऊन गृहकर्जासाठी अर्ज करावा.
- काही वित्तकंपन्या फ्लॅटशिवाय कर्ज मंजूर करतात आणि फ्लॅटची निवड झाली की कर्जाचा धनादेश त्वरित देतात. घर घेण्याआधी अशा प्रकारे कर्ज मंजूर करून घेणे कधीही योग्य ठरते.
- कर्जाचा अर्ज भरून दिल्यावर अर्जदार कर्ज घेण्यास पात्र असेल तर अर्ज छाननी शुल्क (प्रोसेसिंग फी) म्हणून मागणी केलेल्या कर्जरकमेच्या अर्ध्या टक्क्यापासून एक टक्क्यापर्यंत रक्कम भरावी लागते; तसेच प्रशासकीय शुल्क म्हणून मंजूर कर्जाच्या अर्ध्या टक्क्यापासून एक टक्क्यापर्यंत रक्कम भरावी लागते.
- कर्ज-इच्छुक नोकरी करणारा असेल तर पगाराचे प्रमाणपत्र किंवा मागील तीन महिन्यांच्या पगाराच्या स्लिप्स, भविष्यनिर्वाह निधीच्या वर्गणीची एकूण जमा रक्कम दर्शवणारी पावती, सातत्याने बदलीची किंवा फिरतीची नोकरी असेल तर कर्जविषयक पत्रव्यवहारांसाठी कायमस्वरूपी पत्ता द्यावा लागतो. नोकरी कायम असल्याचे प्रमाणपत्र नोकरीच्या ठिकाणाहून आणावे लागते.
- गृहकर्जाचा हप्ता दरमहा पगारातून द्यायचा असेल, तर दरमहा कर्जाचा हप्ता पगारातून कापून गृहवित्त कंपनीला किंवा गृहकर्ज देणाऱ्या बँकेला देण्याबाबत कंपनीचे किंवा नोकरीच्या कार्यालयाचे हमीपत्र सोबत द्यावे लागते.
- कर्ज घेणारा स्वयंरोजगार करणारा असेल किंवा व्यावसायिक असेल तर गेल्या तीन वर्षांची भरलेली आयकर विवरण पत्रे (इन्कम टॅक्स रिटर्न्स) किंवा चार्टर्ड अकाउंटंटने प्रमाणित केलेल्या नफ्या-तोट्याचे पत्रक व ताळेबंदाच्या प्रती, व्यवसायाबद्दलची थोडक्यात माहिती देऊन ग्राहक आणि कच्च्या मालाचे पुरवठादार कोण आहेत इत्यादी बाबी समाविष्ट केलेले व्यवसायाचे स्वरूप, अर्ज दाखल करण्याच्या तारखेपर्यंत सर्व नोंदी असलेली बँक पासबुके किंवा बँक अहवाल, अर्जदाराची भागीदारी कंपनी असेल तर त्या भागीदारीसंबंधित कराराची प्रत, बँक मुदत ठेवीत असलेल्या गुंतवणुकीची सविस्तर माहिती, जीवन विमा पॉलिसी, शेअर्स व अन्य मालमत्ता असल्यास त्यांची माहिती आणि स्वत:ची छायाचित्रे आदी बाबींची पूर्तता अर्जासोबत करावी लागते.
- प्रत्येक गृहकर्ज कंपनी, कर्ज मंजूर करताना आपापले निकष लावूनच अर्जाची छाननी करत असते. पण आजवर दिलेल्या गृहकर्जाची प्रक्रिया लक्षात घेता बहुसंख्य कंपन्या कर्जदाराचे वय लक्षात घेऊन कर्जरक्कम मंजूर करतात. कर्जफेडीची मुदत जास्तीत जास्त ३० वर्षे असून वयाच्या ६५व्या वर्षांपर्यंत किंवा सेवानिवृत्त होण्याच्या वयापर्यंत, यापैकी जे वय लवकर येईल त्या वर्षांपर्यंत मुदत असते. कर्जाची फेड समान मासिक हप्त्यांत (इएमआय) करावी लागते. कर्जाची पूर्ण रक्कम स्वीकारल्यानंतर समान मासिक हप्ता सुरू होतो. अंशत: स्वीकारलेल्या कर्जावर फक्त समान मासिक हप्तापूर्व व्याज (प्री-इएमआय इंटरेस्ट) आकारले जाते. कर्जासाठी फ्लॅट किंवा घर गृहकर्ज देणाऱ्या वित्तसंस्थेकडे गहाण ठेवावे लागते. तसेच, आवश्यकता भासल्यास आनुषंगिक तारण (कोलॅटरल सिक्युरिटी) म्हणून जीवन विम्याच्या पॉलिसी तारण ठेवून घेतल्या जातात. आवश्यक सुरक्षात्मक कृती म्हणून आर्थिक परिस्थिती चांगले असलेले व आर्थिक जबाबदाऱ्या नसलेले दोन किंवा तीन जामीनदार द्यावे लागतात. प्रसंगी, मालमत्ता तारण विमा (प्रॉपर्टी मॉर्गेज इन्शुरन्स) काढण्यास लावले जाते.

- जर बिल्डरकडून फ्लॅट खरेदी करत असाल तर बिल्डरसोबत केलेल्या खरेदीखताची उपनिबंधकाकडे (सब-रजिस्ट्रार) नोंदणी केलेली प्रत आणि मुद्रांक शुल्क व नोंदणी शुल्क भरल्याच्या मूळ पावत्या, तसेच फ्लॅट तारण देण्याबाबत हरकत नसल्याचे बिल्डरचे पत्रही सोबत द्यावे लागते.
- जर नोंदणीकृत सहकारी गृहनिर्माण संकुलातील फ्लॅट किंवा प्लॉट खरेदी करत असाल तर सहकारी गृहनिर्माण संस्थेने दिलेल्या मूळ फ्लॅट किंवा प्लॉट वाटपपत्राची (अॅलॉटमेन्ट लेटर) प्रत, सहकारी गृहनिर्माण संस्थेचे भाग प्रमाणपत्र (शेअर सर्टिफिकेट), गृहनिर्माण संस्थेला तो प्लॉट किंवा फ्लॅट घेण्यासाठी जर रक्कम दिली असेल तर त्या रकमेच्या मूळ पावत्या आणि संस्थेचे फ्लॅट किंवा प्लॉट तारण ठेवण्याबद्दल ना हरकत प्रमाणपत्र आवश्यक असते.
- जर सिडको, म्हाडा, एमआयडीसीसारख्या विकास प्राधिकरणाकडून फ्लॅट किंवा प्लॉट खरेदी केला तर त्या प्राधिकरणाचे मूळ वाटपपत्र– ज्यात त्यांच्या अटी आणि बंधने स्पष्टपणे नमूद केलेली असतील, विकास प्राधिकरणाकडून तारण ठेवण्यास दिलेली परवानगी, तसेच प्लॉट भाडेतत्त्वावरील (लीजवर) असेल तर लीज-कराराची नोंदणीकृत आणि मुद्रांक शुल्क भरलेली मूळ प्रत उपनिबंधकाच्या नोंदणी पावतीच्या मूळ प्रतीसह सादर करावी लागते.
- करार भाडेतत्त्वावर आधारित असेल तर खरेदीदार, विकास प्राधिकरण आणि गृहवित्तसाहाय्य करणारी संस्था या तीन पक्षकारांत एक त्रिपक्षीय करार (ट्रिपार्टीट अॅग्रीमेन्ट) करून मूळ प्रत सादर करावी लागते.
- जर फ्लॅट पुनर्विक्रीद्वारे (रिसेल) खरेदी केला जात असेल आणि पुढील प्रकारातील ही खरेदी असेल तर कागदपत्रांमध्येही फरक असतो.
- जर गृहनिर्माण संस्था नोंदणीकृत नसेल तर पहिल्या खरेदीदाराच्या करारापासून आजपर्यंतच्या झालेल्या खरेदी कराराच्या मूळ प्रती नोंदणी शुल्काच्या मूळ पावत्यांसह सादर कराव्यात किंवा पहिल्या खरेदीदाराच्या नावे अदा केलेले मूळ वाटपपत्र सादर करावे.
- फ्लॅटच्या हस्तांतरणास हरकत नसल्याचे बिल्डर, प्राधिकरण किंवा सहकारी गृहनिर्माण संस्था यांचे प्रमाणपत्र, इमारतीचा स्थानिक स्वराज्य संस्थेने (महानगरपालिका, नगरपालिका इत्यादी) मंजूर केलेला आराखडा (प्लॅन), आणि वास्तव्य करण्यास मंजुरी दिलेल्या पत्राची (ऑक्युपेशन सर्टिफिकेट) प्रत सोबत जोडावी लागते.
- जर मूळ खरेदीदाराने विकास प्राधिकरणाकडून फ्लॅट घेतलेला असेल तर हस्तांतरणास हरकत नसल्याचे प्रमाणपत्र आवश्यक ठरते.

या उपरोल्लेखित कागदपत्रांव्यतिरिक्त ज्या जागेवर ती इमारत उभी आहे तिच्या मालकी हक्काबाबतचा शोध अहवाल (सर्च रिपोर्ट) (जो एखाद्या वकिलाने किंवा सॉलिसिटरने तयार केलेला) किंवा त्याची प्रमाणित प्रत जोडावीच लागते. बांधकाम सुरू असलेली इमारत असेल तर आर्किटेक्टचे बांधकाम प्रगतीबाबतचे प्रमाणपत्र आवश्यक ठरते.

अशा प्रकारे गृहकर्जाचे सोपस्कार पूर्ण होऊन स्वतःच्या मालकीचे घर असण्याचे स्वप्न फलद्रूप होते.

■■■

मुद्रांक शुल्क आणि नोंदणी

बिल्डरशी केलेला करार उपनिबंधकाकडे (सब-रजिस्ट्रारकडे) नोंदवावा लागतो. भारतीय नोंदणी कायदा (इंडियन रजिस्ट्रेशन अ‍ॅक्ट) व मालमत्ता हस्तांतरण कायदा (ट्रान्सफर ऑफ प्रॉपर्टीज् अ‍ॅक्ट) या दोन कायद्यान्वये स्थावर मालमत्तेसंबंधी (इम्मुव्हेबल प्रॉपर्टीज्) झालेला व्यवहार १०० रुपयांपेक्षा अधिक रकमेसाठी असेल तर नोंदला जाणे या कायद्याने बंधनकारक आहे. करारावर सह्या झाल्यानंतर तो करार चार महिन्यांत नोंदला जाणे (रजिस्ट्रेशन) कायद्याने बंधनकारक आहे.

फ्लॅटची खरेदी दोन प्रकारांत करता येते. पहिला प्रकार आहे, मालकी हक्काचा फ्लॅट (ओनरशिप फ्लॅट). यात फ्लॅटधारकाचा त्या फ्लॅटवर सर्वस्वी मालकी हक्क असतो आणि कोणाच्याही संमतीशिवाय तो हा फ्लॅट विकू शकतो. अशा प्रकारे फ्लॅट असलेली इमारत बांधताना किमान पाच फ्लॅटधारक आवश्यक असतात. त्यांची 'अपार्टमेंट ओनर्स असोसिएशन' स्थापन केली जाऊ शकते. या असोसिएशनच्या नियमानुसारच प्रत्येक फ्लॅटधारकास अटी व शर्ती घातल्या जातात. ज्या जमिनीवर ही इमारत असते त्या जमिनीवरही प्रत्येक फ्लॅटधारकाचा समप्रमाणात मालकी हक्क असतो.

दुसरा प्रकार, सहकारी गृहनिर्माण संस्थेतील (को-ऑपरेटिव्ह हाउसिंग सोसायटी) फ्लॅटचा. या जमिनीवर गृहनिर्माण संस्थेचा हक्क असतो; तर फ्लॅटधारक फक्त स्वतःच्या फ्लॅटपुरताच मालक असतो. अशा संस्थेतील फ्लॅट विकताना संस्थेची परवानगी घ्यावी लागते. बिल्डरकडून इमारत बांधून पूर्ण झाल्यावर फ्लॅटधारकांची सहकारी गृहनिर्माण संस्था करण्याबाबतचे स्वरूप, सार्वजनिक वापराच्या क्षेत्रासंबंधित (बाग, गाडीतळ वगैरे) तपशील आणि सुविधा यांचा उल्लेख फ्लॅट खरेदीकरारात असल्याचे प्रथम बघणे आवश्यक ठरते.

बिल्डरशी केलेला करार उपनिबंधकाकडे (सब-रजिस्ट्रारकडे) नोंदवावा लागतो. भारतीय नोंदणी कायदा (इंडियन रजिस्ट्रेशन अ‍ॅक्ट) व मालमत्ता हस्तांतरण कायदा (ट्रान्सफर ऑफ प्रॉपर्टीज् अ‍ॅक्ट) या

दोन कायद्यान्वये स्थावर मालमत्तेसंबंधी (इम्मुव्हेबल प्रॉपर्टीज्) झालेला व्यवहार १०० रुपयांपेक्षा अधिक रकमेसाठी असेल तर नोंदला जाणे या कायद्याने बंधनकारक आहे. करारावर सह्या झाल्यानंतर तो करार चार महिन्यांत नोंदला जाणे (रजिस्ट्रेशन) कायद्याने बंधनकारक आहे. चार महिन्यांनंतर उपनिबंधकाकडे अर्ज करावा लागतो. उपनिबंधक त्या अर्जाचा विचार करून व दंडाची रक्कम भरण्याचा आदेश देऊन करार नोंदवून घेतात. अर्जामध्ये करार नोंदण्यास विलंब होण्याचे कारण स्पष्टपणे नमूद केलेले असावे.

फ्लॅट खरेदी करताना बिल्डरशी केलेला किंवा विकणाऱ्याशी केलेला मूळ करार (ओरिजनल ॲग्रीमेंट) बिल्डरने / विकणाऱ्याने व खरेदीदाराने सह्या करण्यापूर्वी मुद्रांक कार्यालयात जाऊन मुद्रांक शुल्क भरण्यासाठी द्यावे. १० डिसेंबर १९८५ पासून मुद्रांक शुल्क लागू झाले. विद्यमान मुद्रांक शुल्काचा तक्ता पुढे दिला आहे.

महाराष्ट्र राज्य वित्त विधेयक १९९५ अन्वये १ सप्टेंबर १९९५पासून पुढे नमूद केलेल्या सुधारित दराने हे मुद्रांक शुल्क करारानुसार ठरलेल्या बाजारभावावर द्यावे लागते.

मालमत्ता / घर / सदनिका यांसंबंधित खरेदी-विक्री व्यवहार होताना ती मालमत्ता किती वर्षे जुनी आहे किंवा नवीनच बांधलेली आहे याचा विचार मुद्रांक आकारणीत केलेला असतो. तसेच ही मालमत्ता-घर-सदनिका शहरी-ग्रामीण भागात, उपनगरात किंवा महानगरात कुठे आहे त्यावर मुद्रांक शुल्काची आकारणी अवलंबून असते. काही राज्यांत घर-सदनिका घरेदी करणाऱ्या व्यक्तीच्या वयाचा विचार केलेला असतो. तसेच स्त्रियांना घर खरेदी करण्यासाठी मुद्रांक शुल्कात विशेष सवलत उपलब्ध आहे. मुद्रांक शुल्क आकारताना सदनिका, स्वतंत्र घर, रो-हाउस, फार्महाउस इत्यादी कोणत्या प्रकारची मालमत्ता आहे आणि तिचे क्षेत्रफळ किती आहे, यांचाही विचार केला जातो.

मुंबई शहरात आणि उपनगरात मुद्रांक शुल्क दर तीन टक्के ते सहा टक्के आहे. पुण्यात हाच दर तीन टक्के ते पाच टक्के आहे.

व्यापारी उपयुक्ततेसाठी खरेदी केलेल्या गाळ्यांसाठी बाजारभावाच्या पाच टक्के मुद्रांक शुल्क भरावे लागते. तसेच नोंदणी शुल्क बाजारभावाच्या एक टक्का किंवा १०,००० रुपये यापैकी जी रक्कम जास्त असेल ती भरावी लागते.

निवासी घरांबाबत मुद्रांक शुल्क भरल्यानंतर दोन्ही पक्षकारांनी (खरेदीदार व बिल्डर/ विकणारा) सह्या करून मुद्रांकित कराराच्या तीन झेरॉक्स प्रती घेऊन, नोंदणीसाठी सब-रजिस्ट्रार ऑफ ॲश्युरन्सेसच्या कार्यालयात दोन साक्षीदारांना सोबत घेऊन जावे. सर्व तहसीलदार कार्यालयांत आता उपनिबंधक नेमल्याने नोंदणीप्रक्रिया सुलभ झाली आहे.

नोंदणी शुल्क म्हणून करारातील ठरवलेल्या फ्लॅटच्या किमतीनुसार एक टक्का रक्कम भरावी लागते. जर करारातील फ्लॅटची किंमत ७५ लाख रुपयांपेक्षा जास्त असेल तर आयकर कलम २६९ यूसी अन्वये आयकर खात्याच्या प्रमाणपत्राची प्रमाणित केलेली नक्कल प्रत जोडणे अत्यावश्यक आहे. ही अट मुंबई, दिल्ली, चेन्नई व कोलकाता या चार महानगरांतील फ्लॅट खरेदीसाठी आहे.

चटईक्षेत्र निर्देशांक (फ्लोअर स्पेस इंडेक्स) म्हणजेच एका प्लॉटवर किती चौरस फूट बांधकाम करता येणे शक्य आहे, त्याचा निर्देशांक, म्हणजेच एफएसआय.

एफएसआय एकास एक प्रमाणात असतो असे जेव्हा म्हणतात, त्या वेळी प्लॉटच्या क्षेत्रफळाएवढेच (तळमजला धरून) सर्व मजल्यांच्या क्षेत्रफळाएवढेच चौरस फूट बांधकाम करता येते.

मालमत्ता / घर / सदनिका यांसंबंधित खरेदी-विक्री व्यवहार होताना ती मालमत्ता किती वर्षे जुनी आहे किंवा नवीनच बांधलेली आहे याचा विचार मुद्रांक आकारणीत केलेला असतो. तसेच ही मालमत्ता-घर-सदनिका शहरी-ग्रामीण भागात, उपनगरात किंवा महानगरात कुठे आहे त्यावर मुद्रांक शुल्काची आकारणी अवलंबून असते. काही राज्यांत घर-सदनिका घरेदी करणाऱ्या व्यक्तीच्या वयाचा विचार केलेला असतो. तसेच स्त्रियांना घर खरेदी करण्यासाठी मुद्रांक शुल्कात विशेष सवलत उपलब्ध आहे. मुद्रांक शुल्क आकारताना सदनिका, स्वतंत्र घर, रो-हाउस, फार्महाउस इत्यादी कोणत्या प्रकारची मालमत्ता आहे आणि तिचे क्षेत्रफळ किती आहे, यांचाही विचार केला जातो.

एफएसआयमध्ये तळमजल्याखालच्या मजल्यावरील क्षेत्रफळ (एरिया ऑफ बेसमेंट) व जमिनीपासून काहीशा उंचावर बांधलेल्या इमारतीखालील जागा गाड्या ठेवण्यासाठी (कार पार्किंग) किंवा स्टोअर रूम म्हणून वापरली जाणारी 'स्पेस अंडर स्टील्ट्स' या जागेचे क्षेत्रफळ धरले जात नाही.

'कार्पेट एरिया' हे क्षेत्रफळ फ्लॅटमधील भिंतींचे क्षेत्रफळ वगळून मोजलेले असते. कार्पेट एरियात २० टक्के क्षेत्रफळ वाढवून 'बिल्ट-अप एरिया' सांगितला जातो. यात भिंतींसह फ्लॅटचे क्षेत्रफळ मोजले जाते. या बिल्ट-अप एरियावर मुद्रांक शुल्क (स्टॅम्प ड्युटी) आकारली जाते.

बिल्ट-अप एरियात २० टक्के क्षेत्रफळ वाढवून 'सुपर बिल्ट-अप एरिया'ची संकल्पना बिल्डरांच्या डोक्यातून आलेली असून 'सेलेबल एरिया'ची शक्कल तर त्यावर कडीच आहे. या क्षेत्रफळाचा प्रकार क्षेत्रीय विकास प्राधिकरणाच्या नियमावलीत आढळत नाही. परंतु रेरा कायद्यानुसार चटई क्षेत्रा (कार्पेट एरिया)नुसार दर निश्चित करणे बिल्डर्सना आता भाग पडले आहे.

■■■

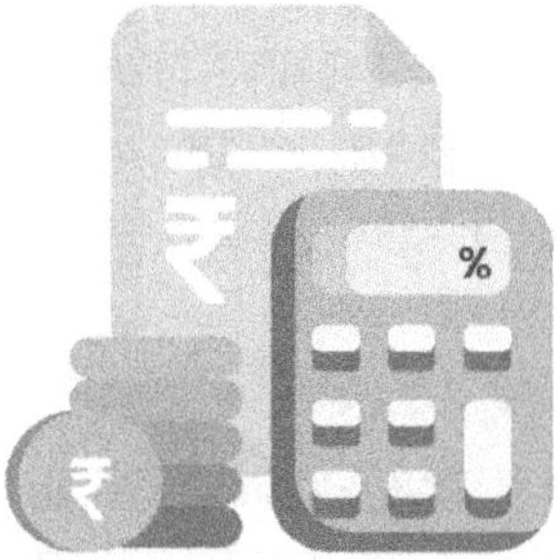

गृहकर्जाच्या हप्त्याची आकारणी

स्थिर व्याजदर, बदलते व्याजदर, स्थिर व बदलत्या व्याजदरांचे एकत्रित गृहकर्ज, टॉप-अप गृहकर्ज, ॲक्सिलरेटेड रिपेमेंट स्कीम, ब्रीज लोन, मालमत्ता तारण कर्ज असे अनेक प्रकार आज गृहकर्जाच्या बाजारपेठेत उपलब्ध आहेत. आपल्या नेमक्या गरजा गृहकर्जातल्या कोणत्या कर्जप्रकारात मोडतात, हे बघूनच गृहकर्ज घेणे केव्हाही चांगले!

कोणतीही बँक किंवा वित्तसंस्था घराच्या करारातील ठरलेल्या खरेदीच्या मूल्याच्या कमाल ८५ टक्क्यांपर्यंतच गृहकर्ज देऊ करते. काही वेळा गृहनिर्माण प्रकल्प व बँका वा अन्य वित्तसंस्था यांच्यात होणाऱ्या 'टाय-अप'मुळे खरेदीच्या किमतीच्या ९० टक्केपर्यंत गृहकर्ज मिळू शकते. मंजुरीची ही प्रक्रिया समजून घेऊन, आपणास किती गृहकर्ज, कोणत्या व्याजदराने, किती मुदतीसाठी उपलब्ध होऊ शकते ते अजमावून पाहणे आवश्यक आहे. आजच्या स्पर्धेच्या युगात व्याजदरासाठी व कर्जरकमेसाठी आपली कर्जफेडीची सक्षमता सिद्ध करून 'निगोशिएट' करता येते. गृहकर्जाच्या प्रकारात असलेली विविध प्रकारची कर्जउत्पादने (लोन प्रॉडक्ट) माहीत करून घेणे आवश्यक ठरते. स्थिर व्याजदर, बदलते व्याजदर, स्थिर व बदलत्या व्याजदरांचे एकत्रित गृहकर्ज, टॉप-अप गृहकर्ज, ॲक्सिलरेटेड रिपेमेंट स्कीम, ब्रीज लोन, मालमत्ता तारण कर्ज असे अनेक प्रकार आज गृहकर्जाच्या बाजारपेठेत उपलब्ध आहेत. आपल्या नेमक्या गरजा गृहकर्जातल्या कोणत्या कर्जप्रकारात मोडतात, हे बघूनच गृहकर्ज घेणे केव्हाही चांगले!

गृहकर्ज प्रक्रियेत दोन प्रकारची शुल्के, दोन वेगवेगळ्या प्रक्रियांत भरावी लागतात. गृहकर्जासाठी अर्ज करतो त्या वेळी प्रक्रिया शुल्क स्वीकारले जाते. कर्जमंजुरीनंतर प्रत्यक्ष कर्जाचा धनादेश स्वीकारण्याआधी प्रशासकीय शुल्क (ॲडमिनिस्ट्रेशन चार्जेस) आकारण्यात येते.

कर्जाची रक्कम संपूर्ण न घेता हप्त्यात घेतली जाणार असेल तर समान मासिक हप्तापूर्व व्याज स्वीकारलेल्या कर्जाच्या अंशावर आकारले जाऊन, ते दरमहा भरावे लागते. समान मासिक हप्तापूर्व व्याज

आकारण्याचे सूत्र पुढे दिले आहे. स्वीकारलेली कर्जाची अंशात्मक रक्कम गुणिले व्याजदर गुणिले चालू महिन्यातील शिल्लक दिवस भागिले ३६५ दिवस, उदाहरणार्थ, दोन लाख रुपयांच्या कर्जापैकी फक्त एक लाख रुपयांचे कर्ज वार्षिक १० टक्के दराने स्वीकारले आहे. चालू महिन्यांचे फक्त बाराच दिवस शिल्लक आहेत. याचे गणित असे –

समान मासिक हप्तापूर्व व्याज = (१०,००,००० × ०.१० × १२) × ३६५ = ३२९ रुपये ७६ पैसे

ज्या वेळी संपूर्ण कर्जाची रक्कम कर्जदार स्वीकारतो त्या वेळी त्यास दरमहा द्यावा लागणारा समान मासिक हप्ता (इएमआय) निश्चित केला जातो. हा समान मासिक हप्ता त्याने स्वीकारलेल्या कर्ज परतफेडीच्या मुदतीसाठी असतो. हा समान मासिक हप्ता पुढील सूत्राने आकारला जातो :

$$= \frac{\text{Loan Amount x R x } (1 + R)^{n}}{\{(1 + R)^{n}\} - 1}$$

R = व्याजदर, n = कर्जाची मुदत, Loan Amount = कर्जाची रक्कम

समान मासिक हप्त्यात कर्जाच्या मुद्दलाचा व कर्जावरील व्याजाचा अंश असतो. प्रारंभीच्या निम्म्या वर्षांत, समान मासिक हप्त्यात व्याजाचा घटक अधिक असतो. दरमहा कमी होत जाणाऱ्या कर्जाच्या मुद्दलानुसार (मंथली रिड्युसिंग बॅलन्स) समान मासिक हप्ता निश्चित केला जातो, यालाच मंथली रेस्ट्स असेही म्हणतात. वर्षातून एकदाच कमी होत जाणाऱ्या कर्जाच्या मुद्दलानुसार (ॲन्युअल रिड्युसिंग बॅलन्स) समान मासिक हप्ता निश्चित केला जातो, याला ॲन्युअल रेस्ट्स असे म्हणतात. समान मासिक हप्त्यातील मुद्दलाचे व व्याजाचे प्रमाण मंथली रेस्ट्स किंवा ॲन्युअल रेस्ट्सनुसार बदलते. व्याजदरात बदल झाल्यास किंवा व्याजआकारणीत बदल झाल्यास कर्जाच्या परतफेडीच्या मुदतीत फरक पडतो. बदलत्या व्याजदराचा (फ्लोटिंग रेट) पर्याय स्वीकारलेल्यांना याचा नेहमी अनुभव येतो.

समान मासिक हप्त्याची आकारणी दैनंदिन कमी होत जाणाऱ्या शिल्लक रकमेवर (डेली रिड्युसिंग बॅलन्स), दरमहा कमी होत जाणाऱ्या शिल्लक रकमेवर (मन्थली रिड्युसिंग बॅलन्स), दर तिमाही कमी होत जाणाऱ्या (क्वार्टर्ली रिड्युसिंग बॅलन्स), दर सहामाहीस कमी होत जाणाऱ्या शिल्लक रकमेवर (हाफ इयरली रिड्युसिंग बॅलन्स) किंवा दर वर्षी कमी होत जाणाऱ्या शिल्लक रकमेवर होत असते. कर्जाबाबत माहिती विचारताना प्रथम ही आकारणी विचारून घेणे आवश्यक ठरते. दर वर्षी कमी होत जाणाऱ्या शिल्लक रकमेवर आधारित समान मासिक हप्ता महाग पडतो.

समान मासिक हप्ता काढण्याची पर्यायी पद्धत पुढील सूत्रावरून व उदाहरणावरून लक्षात येईल.

समान वार्षिक हप्ता = कर्जाची रक्कम भागिले कर्जाच्या अवधीतील व्याजदराने एक रुपयाचे काढलेले विद्यमान मूल्य (प्रेझेंट व्हॅल्यू)

या समान वार्षिक हप्त्यास बारा महिन्यांनी भागले असता समान मासिक हप्ता मिळतो.

समजा, एक हजार रुपयांचे कर्ज पाच वर्षे मुदतीसाठी १० टक्के व्याजदराने घेतले, तर सोबतच्या तक्त्यात दर वर्षी किती मुद्दल व व्याज फेडले जाईल, ते एक रुपयाच्या विद्यमान मूल्याच्या घटकाचा (फॅक्टर) उपयोग करून दर्शवले आहे.

समान वार्षिक हप्ता = १,००० ÷ ३.७९०८ = २६३ रुपये

वर्ष	समान वार्षिक हप्ता	व्याजाचा अंश	मुद्दलाचा अंश	शिल्लक कर्जमुद्दल
१	२६३	१००	१६३	८३७
२	२६३	८३	१८०	६५७
३	२६३	६५	१९८	४५९
४	२६३	४५	२१८	२४४
५	२६३	२२	२४९	-
एकूण	१,३१५	३१५	१,०००	

कर्जाच्या अवधीतील व्याजदराने एक रुपयाचे काढलेले विद्यमान मूल्य (प्रेझेंट व्हॅल्यू)

वर्ष	१%	२%	३%	४%	५%	६%	७%	८%	९%	१०%	११%	१२%	१३%	१४%	१५%
०	१.०००	१.०००	१.०००	१.०००	१.०००	१.०००	१.०००	१.०००	१.०००						
१	०.९९०	०.९८०	०.९७१	०.९६२	०.९५२	०.९४३	०.९३५	०.९२६	०.९१७	०.९०९	०.९००	०.८९२	०.८८५	०.८७७	०.८६९
२	१.९७०	१.९४२	१.९१३	१.८८६	१.८५९	१.८३३	१.८०८	१.७८३	१.७५९	१.७३५	१.७१२	१.६९०	१.६६८	१.६४६	१.६२५
३	२.९४१	२.८८४	२.८२९	२.७७५	२.७२३	२.८७३	२.६२४	२.५७७	२.५३१	२.४८६	२.४४३	२.४०१	२.३६१	२.३२१	२.२८३
४	३.९०२	३.८०८	३.७१७	३.६३०	३.५४६	३.४६५	३.३८७	३.३१२	३.२४०	३.१६९	३.१०२	३.०३७	२.९७४	२.९१३	२.८५५
५	४.८५३	४.७१३	४.५८०	४.४५२	४.३२९	४.२१२	४.१००	३.९९३	३.८९०	३.७९०	३.६९५	३.६०४	३.५१७	३.४३३	३.३५२
६	५.७९५	५.६०१	५.४१७	५.२४२	५.०७६	४.९१७	४.७६६	४.६२३	४.४८६	४.३५५	४.२३०	४.१११	३.९९७	३.८८८	३.७८४
७	६.७२८	६.४७२	६.२३०	६.००२	५.७८६	५.५८२	५.३८९	५.२०६	५.०३३	४.८६८	४.७१२	४.५६३	४.४२६	४.२८८	४.१६०
८	७.६५२	७.३२५	७.०२०	६.७३३	६.४६३	६.२१०	५.९७१	५.७४७	५.५३५	५.३३४	५.१४६	४.९६७	४.७९८	४.६३८	४.४८७
९	८.५६६	८.१६२	७.७८६	७.४३५	७.१०८	६.८०२	६.५१५	६.२४७	५.९९५	५.७५९	५.५३७	५.३२८	५.१३१	४.९४६	४.७७९
१०	९.४७१	८.९८३	८.५३०	८.१११	७.७२२	७.३६०	७.०२४	६.७१०	६.४१८	६.१४४	५.८८९	५.६५०	५.४२६	५.२१६	५.०१८

वर्ष	१%	२%	३%	४%	५%	६%	७%	८%	९%	१०%	११%	१२%	१३%	१४%	१५%
११	१०.३६८	९.७८७	९.२५३	८.७६०	८.३०६	७.८८७	७.४९९	७.१३९	६.८१५	६.४९५	६.२०६	५.९३७	५.६८६	५.४५२	५.२३३
१२	११.२५५	१०.५७५	९.९५४	९.३८५	८.८६३	८.३८४	७.९४३	७.५३६	७.१६१	६.८१३	५.४९२	६.१९४	५.९९७	५.६६०	५.४२०
१३	१२.१३४	११.३४८	१०.६३५	९.९८६	९.३९४	८.८५३	८.३५८	७.९०४	७.४८७	७.१०३	६.४७९	६.४२३	६.१२१	५.८१२	५.५८३
१४	१३.००४	१२.१०६	११.२९६	१०.५६३	९.८९९	९.२९५	८.७४५	८.२४४	७.७८६	७.३६६	६.९८१	६.६२८	६.३०२	६.००२	५.७२४
१५	१३.८६५	१२.८४९	११.९३८	११.११८	१०.३८०	९.७१२	९.१०८	८.५५९	८.०६०	७.६०६	७.१९०	६.८१०	६.४६२	६.१४२	५.८२७
१६	१४.७१८	१३.५७८	१२.५६१	११.६५२	१०.८३८	१०.१०६	९.४४७	८.८५१	८.३१२	७.८२३	७.३७९	६.९७४	६.६०३	६.२६५	५.९४५
१७	१५.५६२	१४.२९२	१३.१६६	१२.१६६	११.२७४	१०.४७७	९.७६३	९.१२२	८.५४४	८.०२१	७.५४८	७.१९२	६.७२९	६.३७२	६.०४७
१८	१६.३९८	१४.९९२	१३.७५४	१२.६५९	११.६९०	१०.८२८	१०.०५९	९.३७२	८.७५६	८.२०१	७.७०१	७.२४९	६.८३९	६.४६७	६.१२८
१९	१७.२२६	१५.६७८	१४.३२४	१३.१३४	१२.०८५	११.१५८	१०.३३६	९.६०४	८.९५०	८.३६९	७.८३९	७.३६५	६.९३८	६.५५०	६.१९८
२०	१८.०४६	१६.३५१	१४.८७७	१३.५९०	१२.४६२	११.४७०	१०.५९४	९.८१८	९.१२८	८.५१३	७.९६३	७.४६९	७.०२४	६.६२३	६.२५९
२५	२२.०२३	१९.५२३	१७.४१३	१५.६२२	१४.०९४	१२.७८३	११.६५४	१०.६७५	९.८२३	९.०७७	८.४२२	७.८४३	७.२२०	६.८७३	६.४६४
३०	२५.८०८	२२.३९७	१९.६००	१७.२९२	१५.३७३	१३.७६५	१२.४०९	११.२५८	१०.२७४	९.४२७	८.६१४	८.०५५	७.४९६	७.००३	६.५६६

■■■

गृहकर्जाचे अन्य प्रकार व त्यांचे निकष

घरदुरुस्ती किंवा नूतनीकरण यासाठीचे कर्ज (होम इंप्रुव्हमेंट लोन) घरातील मुख्य दुरुस्तींसाठी, वॉटर प्रुफींगसाठी, प्लंबिंग कामासाठी, छतदुरुस्ती-प्लास्टरींग तसेच रंगकामासाठी व इलेक्ट्रिकल वायरींगसाठी दिले जाते. कर्ज परतफेडीची क्षमता गृहकर्ज देताना जी निर्धारित केली जाते, ती या सर्व गृहकर्ज प्रकारांसाठी निश्चित केलेली असते.

गृहकर्ज प्रकारात एकूण ११ प्रकारची कर्जउत्पादने आहेत. त्यातील मुख्य प्रकार नवीन घर किंवा सदनिका (फ्लॅट) घेण्यासाठी असलेला गृहकर्ज प्रकार (होम लोन) आपण विस्तृतपणे चर्चिला आहे. उर्वरित १० प्रकारांच्या गृहकर्ज उत्पादनाची इथे माहिती दिली आहे.

घरदुरुस्ती किंवा नूतनीकरण यासाठीचे कर्ज (होम इंप्रुव्हमेंट लोन) घरातील मुख्य दुरुस्तींसाठी, वॉटर प्रुफींगसाठी, प्लंबिंग कामासाठी, छतदुरुस्ती-प्लास्टरींग तसेच रंगकामासाठी व इलेक्ट्रिकल वायरींगसाठी दिले जाते. कर्ज परतफेडीची क्षमता गृहकर्ज देताना जी निर्धारित केली जाते, ती या सर्व गृहकर्ज प्रकारांसाठी निश्चित केलेली असते. ज्या घराच्या दुरुस्तीसाठी किंवा नूतनीकरणासाठी वित्तसंस्थांना कर्ज द्यायचे आहे त्या कर्जासाठी घराच्या दुरुस्तीसाठी किंवा नूतनीकरणासाठी येणारा अंदाजित खर्च व कामाचा तपशील आर्किटेक्ट किंवा इंजिनिअरकडून प्रमाणित केलेला असावा लागतो. या प्रकारातील कर्जाची मुदत अधिकतम आठ वर्षांपर्यंतच असते. कर्जाची परतफेड समान मासिक हप्त्यात (इएमआय) करावी लागते. काही वित्तसंस्था घरदुरुस्तीच्या / नूतनीकरणाच्या अपेक्षित खर्चाच्या ७० ते ८० टक्क्यांपर्यंत कर्जमंजुरी देतात.

घरबांधकामासाठी (होम कन्स्ट्रक्शन) दिले जाणारे कर्ज नवीन घराच्या बांधकाम खर्चाचे आर्किटेक्टकडून किंवा इंजिनिअरकडून मूल्यांकन केलेले सविस्तर प्रमाणपत्र बघूनच मंजूर केले जाते. घर बांधण्यासाठी मंजूर केलेल्या घराच्या आराखड्याची प्रत, घराचे बांधकाम ज्या जमिनीवर होणार त्या जमिनीचा सात-बाराचा उतारा व मालकी हक्क प्रमाणपत्र किंवा दीर्घ मुदतीचे करारपत्र असणे आवश्यक ठरते. तसेच, ती जमीन बिगरशेतीची असल्याचे प्रमाणपत्र व बांधकाम करण्याचा दिलेला परवाना स्थानिक

स्वराज्य संस्थेने दिलेले असणे आवश्यक असते. गृहकर्जाप्रमाणेच बाकीची प्रक्रिया असून इथे बांधकाम खर्चाच्या ७५ ते ८० टक्क्यांपर्यंत, कर्जदाराच्या परतफेडीची क्षमता बघूनच कर्ज दिले जाते. गृहविस्तार कर्जाच्या अटी व नियम वरीलप्रमाणेच आहेत. घरावर मजला चढवताना या कर्जाचा वापर केला जातो. हे गृहविस्तार कर्ज (होम एक्स्टेंशन लोन) विद्यमान घराची एखाद-दुसरी खोली वाढवण्यासाठी उपलब्ध आहे.

बदली गृहकर्ज (होम कन्व्हर्जन लोन) प्रकारात कर्जदाराच्या एका घरास वित्तसाहाय्य केले असल्यास, कर्जदारास एखादे नवीन घर घ्यायचे असेल तर त्या कर्जदाराची परतफेडीची क्षमता नव्याने अजमावून नवीन घरासाठी अतिरिक्त कर्जरकमेसह घरावरील कर्ज, त्या नवीन घेत असलेल्या घरावर बदलून घेता येते.

सेतूकर्ज (ब्रिज लोन) या प्रकारात, जुने घर विकले गेले नसतानाही नवीन घर परिस्थितीनुरूप घ्यावे लागते, त्या वेळी जुन्या घराचे बाजारपेठेतील मूल्यानुसार मूल्यांकन करून त्या मूल्याच्या ५० ते ६० टक्के रक्कम कर्ज म्हणून वित्तसंस्था देतात. या कर्जाची परतफेड किमान सहा महिन्यांत व कमाल एक वर्षात करावी लागते. अर्थात, इतर मार्गांनी निधी उभारून हे कर्ज फेडल्यास जुने घर विकावे लागणार नाही. जुने घर त्वरित विकले जात नसेल आणि चांगले नवीन घर खरेदी करायचे असेल त्या वेळी या सेतूकर्जाची सुविधा वापरता येते.

मुलांच्या शिक्षणासाठी किंवा मुलीच्या लग्नासाठी वा अन्य अटळ ठरणाऱ्या खर्चासाठी किंवा अन्य कर्जाची परतफेड करण्यासाठी गृहवित्तसंस्था किंवा बँका घराच्या तारणावर गृहसमभाग कर्ज (होम इक्विटी लोन) देतात. या कर्जास गृहपुनर्वित्तसाहाय्य कर्ज (होम रिफायनान्स्ड लोन) असेही म्हटले जाते.

काही गृहवित्तसंस्था किंवा बँका घराच्या जमीनखरेदीसाठी किंवा जमिनीतील गुंतवणुकीसाठीही विशेष अटींवर कर्ज (लॅण्ड लोन) देतात. या कर्जाची मुदत तीन ते पाच वर्षे असून कर्जदाराची परतफेडीची क्षमता बघूनच जमिनीच्या मूल्याच्या ५० टक्क्यांपर्यंत अर्थसाहाय्य केले जाते.

घरखरेदीसाठी काही वेळा मुद्रांक शुल्क एवढे येते, की त्यासाठी वेगळे मुद्रांक शुल्क कर्ज (स्टॅम्प ड्युटी लोन) काढण्याची वेळ गृहकर्जदारावर येते. अर्थात, गृहकर्ज घेणाऱ्यांनाच हे कर्ज दिले जाते. दक्षिण भारतातील काही राज्यांत मुद्रांक शुल्क भरण्यासाठी कर्ज दिले जाते.

अनिवासी भारतीयांसाठी गृहकर्जे उपलब्ध आहेत. परदेशी चलन नियंत्रण कायदा (१८७३) अन्वये पुढील वर्गवारीतील भारतीय 'अनिवासी भारतीय' ठरतात :

१. जे भारतीय नोकरी-व्यवसायानिमित्त किंवा अन्य काही कारणांनिमित्त अनिश्चित कालावधीसाठी भारताबाहेर वास्तव्य करतात.
२. जे सरकारी कर्मचारी नोकरीनिमित्त परदेशात वास्तव्यास असून त्यांना मिळणारे वेतन परदेशी चलनात दिले जात आहे.
३. जे सरकारी कर्मचारी परदेशातील सरकारांसाठी किंवा आंतरराष्ट्रीय संस्थांसाठी (जागतिक बँक, आंतरराष्ट्रीय नाणे निधी, जागतिक आरोग्य संघटना, आशिया व पॅसिफिकसाठीच आर्थिक आणि सामाजिक आयोग) नियुक्तीवर असतात / आहेत.
४. राज्य सरकारी कर्मचारी आणि सार्वजनिक क्षेत्रातील कर्मचारी परदेशातील शाखांमध्ये किंवा कार्यालयांमध्ये तात्पुरत्या नेमणुकीवर आहेत.

वरील वर्गवारीतील अनिवासी भारतीयांसाठी रिझर्व्ह बँकेने मार्गदर्शक तत्त्वे लागू केली आहेत. या मार्गदर्शक तत्त्वांनुसारच त्यांना गृहकर्जे दिली जातात. ही मार्गदर्शक तत्त्वे पुढीलप्रमाणे आहेत :

१. घराच्या किमतीच्या जास्तीत जास्त ८५ टक्के किंवा एक कोटी रुपयांपर्यंत कर्ज मिळेल.
२. कर्जदाराने स्वतःच्या वाट्याची रक्कम सर्वसाधारण बँकिंग प्रक्रियेद्वारे किंवा अनिवासी भारतीय (बाह्य) बँक खात्यातून (एनआरइ अकाउंट) दिलेली असावी.
३. वर उल्लेख केलेल्या (१) व (२) मधील स्वतःचा हिस्सा भारतातील बँकेतील अनिवासी भारतीय (बाह्य) खात्यातून (एनआरइ अकाउंट) अनिवासी भारतीय (साधारण) खात्यातून (एनआरओ अकाउंट) देण्यात यावा.
४. कर्ज देणाऱ्या वित्तसंस्थेस कर्जफेडीचा दरमहा देण्यात येणारा समान मासिक हप्ता नेहमीच्या बँकिंग प्रक्रियेद्वारा किंवा भारतातील अनिवासी भारतीय (बाह्य) खात्यातून (एनआरइ अकाउंट) अनिवासी भारतीय (साधारण) खात्यातून (एनआरओ अकाउंट) देण्यात यावा.

बँका किंवा वित्तसंस्था अनिवासी भारतीयांना गृहकर्ज देताना पुढील घटक विचारात घेतात : वय, शैक्षणिक पात्रता, उत्पन्न, कामाचा अनुभव, अवलंबित व्यक्ती, पती किंवा पत्नीचे उत्पन्न, मालमत्ता, इतर आर्थिक जबाबदाऱ्या, व्यवसायाची स्थिरता, भारतात परत आल्यावर पर्यायी नोकरी किंवा व्यवसाय आणि बचतीची क्षमता या घटकांवर कर्जमंजुरी अवलंबून असते. भारतात वास्तव्य असणाऱ्या निवासी व्यक्तीस मुखत्यारपत्र (पॉवर ऑफ ॲटर्नी) देणे बंधनकारक आहे. मुखत्यारपत्र वित्तसंस्थेने दिलेल्या मसुद्याप्रमाणे असावे. मागणी केलेल्या कर्जरकमेच्या दोन टक्के रक्कम शुल्क म्हणून आकारली जाते.

अर्जासोबत परदेशातील नोकरीच्या कराराची झेरॉक्स प्रत, चालू महिन्याची पगाराची स्लिप, फ्लॅटसाठी किंवा घरासाठी आतापर्यंत भरलेल्या रकमेची पावती किंवा पावत्या, चालू स्थितीतील परदेशात काम करण्याचा परवाना (वर्क परमीट), नोकरीच्या ठिकाणचे ओळखपत्र, पासपोर्टवरील व्हिसाच्या शिक्क्याची झेरॉक्स, जर लागू असेल तर कंटिन्युअस डिस्चार्ज सर्टिफिकेटची झेरॉक्स प्रत, ज्या फ्लॅटसाठी किंवा घरासाठी कर्ज मागितले आहे, त्या इमारतीचा किंवा बांधकामाचा आराखडा स्थानिक प्राधिकरणाने मंजूर केलेल्याची प्रत, खरेदी कराराची प्रत किंवा इंजिनिअरने किंवा आर्किटेक्टने दिलेल्या अंदाजित बांधकाम खर्चाचे पत्र, सहकारी गृहनिर्माण संस्था किंवा अपार्टमेंट ओनर्स असोसिएशनचे फ्लॅट किंवा प्लॉट वाटपाच्या पत्राची (अलॉटमेंट लेटर) झेरॉक्स प्रत आणि वित्तसंस्थांच्या मसुद्याप्रमाणे असलेले मुखत्यारपत्र (पॉवर ऑफ ॲटर्नी) द्यावे लागते.

मुखत्यारपत्राव्यतिरिक्त इतर सर्व कागदपत्रांच्या झेरॉक्स प्रतीच जोडाव्यात. कर्जफेडीची मुदत तीन ते सात वर्षे असते. कर्जफेडीसाठी समान मासिक हप्त्याचे पुढील दिनांक घातलेले चेक भारतातील अनिवासी भारतीय (बाह्य) खात्यातून (एनआरइ अकाउंट) देऊन, वित्तसंस्थेकडे आगाऊ द्यावे लागतात.

आनुषंगिक तारण म्हणून जीवन विमा पॉलिसी वित्तसंस्थेकडे तारण ठेवाव्या लागतात. आवश्यकता असेल तर आर्थिक सुस्थितीतील दोन किंवा तीन हमीदार द्यावे लागतात. वैयक्तिक गृहकर्जाच्या प्रक्रियेनुसार ही अनिवासी भारतीयांची गृहकर्जे दिली जातात. ज्या घरांसाठी किंवा फ्लॅटसाठी कर्ज दिले आहे त्याचा आगीचा व इतर अपघातांचा विमा उतरवणे आवश्यक असते.

बहुसंख्य राष्ट्रीयीकृत बँका किमान ९०० अमेरिकन डॉलर एवढे मासिक उत्पन्न असेल ,आणि किमान तीन वर्षे सेवा अखंडित असल्याचे सिद्ध होत असेल, तरच अनिवासी भारतीयांना गृहकर्ज मंजूर करतात.

बहुसंख्य बँका व गृहवित्त संस्थांनी परदेशातही कार्यालये सुरू करून अनिवासी भारतीयांना गृहकर्जासंबंधित सेवा देण्यास सुरुवात केली आहे.

■■■

बिल्डर-प्रवर्तकाच्या जबाबदाऱ्या आणि कर्तव्ये

बिल्डर असो किंवा गृहसंकुलाचा / इमारतीचा प्रवर्तक असो, त्याच्या काही जबाबदाऱ्या असतात. या जबाबदाऱ्या पूर्ण करण्याचे बंधन कायद्याने बिल्डर व प्रवर्तक यांच्यावर आहे. ही कर्तव्ये किंवा जबाबदाऱ्या योग्य तऱ्हेने पार न पाडणाऱ्या अशा चुकार बिल्डर व प्रवर्तक यांच्यावर कायदेशीर कारवाई करता येते.

फ्लॅट खरेदीदाराने फ्लॅट खरेदी करताना किंवा फ्लॅटची नोंदणी करताना आपल्या हक्कांची पायमल्ली होणार नाही, याची काळजी घेणे आवश्यक आहे.

बिल्डर असो किंवा गृहसंकुलाचा / इमारतीचा प्रवर्तक असो, त्याच्या काही जबाबदाऱ्या असतात. या जबाबदाऱ्या पूर्ण करण्याचे बंधन कायद्याने बिल्डर व प्रवर्तक यांच्यावर आहे. ही कर्तव्ये किंवा जबाबदाऱ्या योग्य तऱ्हेने पार न पाडणाऱ्या अशा चुकार बिल्डर व प्रवर्तक यांच्यावर कायदेशीर कारवाई करता येते.

- रेरा कायद्यान्वये बिल्डर व प्रवर्तक यांनी सर्व माहिती व कागदपत्रे ग्राहकाला सादर केली पाहिजेत. ज्या जमिनीवर तो इमारत बांधणार आहे त्या जमिनीच्या मालकी हक्काबाबत (टायटल) विस्तृत आणि सत्य माहिती बिल्डरने किंवा प्रवर्तकाने फ्लॅटच्या ग्राहकास देणे बंधनकारक आहे.
- किमान तीन वर्षे वकिली व्यवसायात असलेल्या वकिलाकडून किंवा ॲटर्नी ॲट-लॉकडून कागदपत्रे व माहिती प्रमाणित केलेली असावी.
- बिल्डरने त्या जमिनीवर असलेले दावे, इतर हक्क किंवा अतिक्रमण असले तर त्याबाबत सत्य आणि विस्तृत लेखी निवेदन केलेले असावे.
- सात दिवसांची पूर्वसूचना देऊन किंवा फ्लॅटग्राहक जेव्हा मागणी करेल तेव्हा स्थानिक स्वराज्य संस्थेने मंजूर केलेल्या इमारतीचा आराखडा निरीक्षणासाठी उपलब्ध करून देणे बिल्डरची जबाबदारी असून, मंजूर आराखड्याची प्रमाणित प्रत उपलब्ध असली पाहिजे.

- बिल्डरने बँकेत वेगळे खाते (Escrow Account) उघडून फ्लॅटग्राहकांकडून आगाऊ घेतलेली रक्कम किंवा स्वीकारलेली पूर्णत: किंवा अंशत: रक्कम त्या खात्यात जमा केलेली असावी. तसेच, त्या खात्यातील रक्कम तेच फ्लॅट बांधण्यासाठी वापरण्याचे बंधन बिल्डरवर आहे.
- बिल्डर फ्लॅटमध्ये / इमारतीमध्ये ज्या सुविधा देणार आहे, त्या सुविधांचे स्वरूप आणि लिफ्टची सुविधा देणार की नाही, याबाबत लेखी करारात स्पष्टपणे नमूद केलेले असणे बिल्डरवर बंधनकारक आहे.
- इमारतीच्या बांधकामाचे साहित्य आणि अंतर्गत डिझाईन याबाबत बिल्डरने त्याचे स्वरूप आधीच जाहीर करणे आवश्यक आहे.
- बिल्डरने ग्राहकाला कबूल केलेला फ्लॅट क्रमांक, मजला देणे हे त्याचे कर्तव्य ठरते. स्थानिक स्वराज्य संस्थेकडून बांधकामपूर्णतेचे प्रमाणपत्र (कंप्लिशन सर्टिफिकेट) मिळेपर्यंत बिल्डरने फ्लॅटधारकांना ताबा (पझेशन) देऊ नये, असा नियम आहे.
- बिल्डरने म्युनिसिपल कर, स्थानिक कर, आयकर, पाणीपट्टी, विजेचे बिल, महसुलावरील कर, गहाणखतावरील व्याज, इत्यादीबाबत पूर्ण आणि सत्य माहिती जाहीर करणे बिल्डरचे कर्तव्य ठरते.
- बिल्डरने इमारतीसंबंधित सर्व कागदपत्रे, नकाशे, स्थानिक प्राधिकरणाने वेळोवेळी दिलेली संमतीपत्रे आणि ना हरकत किंवा हरकतपत्रे प्रत्येक फ्लॅटग्राहकास निरीक्षणास उपलब्ध होतील अशा पद्धतीने ठेवावीत. शक्यतो ही सर्व कागदपत्रे इमारतीचे बांधकाम सुरू असलेल्या जागेवरील कार्यालयात (साइट ऑफिस) बिल्डरने ठेवली पाहिजेत.
- बिल्डर ज्या वेळी इमारतीतील फ्लॅटच्या विक्रीबाबत वर्तमानपत्रात जाहिरात करतो त्या वेळी फ्लॅटचे चटईक्षेत्र, बाल्कनीचे चटईक्षेत्र, सामायिक जागेचे क्षेत्र वेगवेगळे दर्शवलेले असावे. फ्लॅटची रक्कम किती हप्त्यात आणि कशी भरावयाची, कर्जाची सोय उपलब्ध आहे का, तसेच सामायिक वापराच्या जागेचे (बाग, पार्किंग क्षेत्र, जिने) क्षेत्र स्पष्ट नमुद केलेले असावे.
- बिल्डर स्थानिक प्राधिकरणाच्या मंजुरीशिवाय व फ्लॅटधारकाच्या मंजुरीशिवाय अनुक्रमे इमारतीत सामायिक क्षेत्रात आणि फ्लॅटमध्ये रचनात्मक बदल करू शकत नाही.
- सहकारी गृहनिर्माण संस्था निर्माण होण्याइतके सदस्य फ्लॅटधारक झाले की बिल्डरवर / प्रवर्तकावर चार महिन्यांच्या आत सहकारी निबंधकाकडे (रजिस्ट्रार) सहकारी गृहनिर्माण संस्था नोंदवणे बंधनकारक आहे. बिल्डरने आणि प्रवर्तकाने स्वत: त्या सहकारी गृहनिर्माण संस्थेत फ्लॅट घेतलेला नसला तरीही ती संस्था स्थापण्यास पुढाकार घेणे आवश्यक आहे.
- जमिनीवरील सर्व हक्क त्या सहकारी गृहनिर्माण संस्थेकडे हस्तांतरित करताना गृहनिर्माण संस्थेच्या किंवा त्यांच्या सदस्याच्या हितास बाधा येणार नाही, याची सर्व काळजी बिल्डरने किंवा प्रवर्तकाने घेणे आवश्यक आहे. तसेच, बिल्डरने किंवा प्रवर्तकाने जागेचा, इमारतीचा ताबा सहकारी गृहनिर्माण संस्थेस किंवा फ्लॅटग्राहकांना देताना तत्संबंधीची सर्व मूळ कागदपत्रे सुपुर्द केली पाहिजेत.
- बिल्डरने सहकारी गृहनिर्माण संस्थेस अभिहस्तांतरण (कन्व्हेयन्स) सहा महिन्यांत करणे बंधनकारक केले आहे.

प्रत्येक फ्लॅटधारकाने बिल्डरशी / प्रवर्तकाशी व्यवहार करताना या सर्व मुद्द्यांचा विचार कृतीत उतरवण्याचा प्रयत्न केल्यास फसवणूक टाळण्यास मदतच होईल.

■■■

घराची खरेदी-विक्री आणि आयकर कायदा

घरासाठी कर्ज घेताना बहुसंख्य कर्जदार परतफेडीची मुदत पाच किंवा १० वर्षांसाठी स्वीकारतात. घरासाठी घेतलेले कर्ज जेवढे दीर्घ मुदतीचे असते तेवढे फायद्याचे ठरते. प्रत्यक्ष कर्जावर आकारला जाणारा व्याजदर हा त्यावरील करांसहित असतो. कर्जावर दर्शवलेला व्याजदर आणि प्रत्यक्ष गणित करून येणारा व्याजदर यांच्यात फरक आढळतो. कर्जाची पूर्ण रक्कम मुद्दल म्हणून गृहीत धरलेली असते. एक वर्षभर समान मासिक हप्त्यांत कर्जफेड केली तरच मुद्दल कमी करण्यात येते. याचा अर्थ वर्षातून एकदाच मूळ कर्जाचे मुद्दल कमी होते.

कमी होत जाणाऱ्या कर्जाच्या मुद्दलावरच व्याज आकारले जाते, असे काही कंपन्या जाहिरातीत सांगतात, पण दर वर्षांच्या फरकानेच हे मुद्दल कमी केले जाते. दर महिन्याला किंवा दर तिमाहीस ते मुद्दल कमी केले जात नाही.

प्रत्येक वर्षाच्या सुरुवातीस शिल्लक कर्ज मुद्दलावर पुढीस १२ महिन्यांचे व्याज ठरवले जाते. या व्याजास (ॲन्युअल रेस्ट) असेही म्हणतात. कर्जाची परतफेडीची मुदत जितकी अधिक तितका व्याजदरातील फरक कमी होत असतो.

आयकर कलम ८० सी अन्वये एक लाख ५० हजार रुपयांपर्यंतच्या कर्जाची परतफेड करपात्र उत्पन्नातून १०० टक्के वजावट मिळवून देते. तसेच, आयकर कलम २४ अन्वये कर्जावरील व्याजाची दोन लाख रुपयांपर्यंत करपात्र उत्पन्नातून वजावट मिळवून देते.

ज्या ठिकाणी आयकर अधिकाऱ्याला जाणवेल, की फ्लॅटची किंवा घरविक्रीची किंमत खूपच कमी दाखवली आहे किंवा बाजारभावापेक्षा १५ टक्के कमी दराने कमी असेल तर करारातील दर्शवलेल्या किमतीवर १५ टक्के जास्त किंमत देऊन ती जागा, घर किंवा फ्लॅट आयकर खाते स्वतःच्या ताब्यात घेऊ शकते. हा व्यवहार कलम २० सी अन्वये होतो.

घराची किंवा फ्लॅटची खरेदी-विक्री होताना बऱ्याच वेळा कर चुकवण्याच्या उद्देशाने किंमत कमी दर्शवली जाते. ज्या ठिकाणी आयकर अधिकाऱ्याला जाणवेल, की फ्लॅटची किंवा घरविक्रीची किंमत खूपच कमी दाखवली आहे किंवा बाजारभावापेक्षा १५ टक्के कमी दराने कमी असेल तर करारातील दर्शवलेल्या किमतीवर १५ टक्के जास्त किंमत देऊन ती जागा, घर किंवा फ्लॅट आयकर खाते स्वतःच्या ताब्यात घेऊ शकते. हा व्यवहार कलम ५० सी अन्वये होतो.

जर घराचा खरेदी-विक्री व्यवहार होताना मुद्रांक शुल्क रेडी रेकनरपेक्षा कमी मूल्यांकन दर्शवून व्यवहार झाला असेल तर आयकर कलम ५६ (२) (VII) अन्वये घराची विक्री करणाऱ्या व्यक्तीस प्रत्यक्ष विक्री किंमत आणि रेडी रेकनरनुसार आलेल्या किमतीतील फरक यावर भांडवली नफा कर आकारला जातो. ज्याने हे घर खरेदी केले त्यास खरेदी किंमत आणि रेडी रेकनरनुसार आलेल्या किमतीतील फरक विक्रेत्यास रोख रकमेने अदा केली असे मानून त्यावर आयकर आकारला जातो.

जर आयकर अधिकाऱ्याच्या मते ही जागा, फ्लॅट किंवा घर सरकारने विकत घ्यायचे असेल तर त्यांनी तसे तीन महिन्यांच्या आत घरविक्रेत्या करदात्यास कळवण्याचे बंधन आहे. त्यानंतर तो विक्रेता व्यवहार करण्यास मुक्त ठरतो.

■■■

गृहकर्जावरील आयकर आणि भांडवली नफाकर लाभ

घरासाठी कर्ज घेताना बहुसंख्य कर्जदार परतफेडीची मुदत पाच ते पंधरा वर्षांसाठी स्वीकारतात. घरासाठी घेतलेले कर्ज जेवढे दीर्घ मुदतीचे (किमान १५ ते ३० वर्षे) असते तेवढे फायद्याचे ठरते. प्रत्यक्ष कर्जावर आकारला जाणारा व्याजदर हा त्यावरील करांसहित असतो.

कर्जावर दर्शवलेला व्याजदर आणि प्रत्यक्ष गणित करून येणारा व्याजदर यांच्यात फरक आढळतो. कर्जाची पूर्ण रक्कम मुद्दल म्हणून गृहीत धरलेली असते. एक वर्षभर समान मासिक हप्त्यात कर्जफेड केली, तरच मुद्दल कमी करण्यात येते. याचा अर्थ वर्षातून एकदाच मूळ कर्जाचे मुद्दल कमी होते. कमी होत जाणाऱ्या कर्जाच्या मुद्दलावरच व्याज आकारले जाते, असे काही कंपन्या जाहिरातीत सांगतात; पण दर वर्षाच्या फरकानेच हे मुद्दल कमी केले जाते. दर महिन्याला किंवा दर तिमाहीस ते मुद्दल कमी केले जात नाही.

प्रत्येक वर्षाच्या सुरुवातीस शिल्लक कर्ज-मुद्दलावर पुढील १२ महिन्यांचे व्याज ठरवले जाते. या व्याजास (ॲन्युअल रेस्ट) असेही म्हणतात. कर्जाची परतफेडीची मुदत जितकी अधिक तितका व्याजदरातील फरक कमी होत असतो.

आयकर कलम ८० सी अन्वये १,५०,००० रुपयांपर्यंतच्या कर्जाची परतफेड एकूण उत्पन्नातून १००% वजावट मिळवून देते; तसेच आयकर कलम २४ अन्वये कर्जावरील व्याजाची २,००,००० रुपयापर्यंत एकूण उत्पन्नातून वजावट मिळवून देते. पाच लाख रुपयांपेक्षा वार्षिक उत्पन्न कमी असेल आणि २०१९-२० आर्थिक वर्षी जर नवीन घराची खरेदी किंमत ४५ लाख रुपयांपेक्षा कमी असेल तर १,५०,००० रुपयांच्या अतिरिक्त व्याजाची रक्कम एकूण उत्पन्नातून भरपाईस (Set Off) पात्र ठरते.

भारतात १९४६पर्यंत भांडवली नफा कर (कॅपिटल गेन टॅक्स) कर नव्हता. दुसऱ्या महायुद्धाच्या वेळी व युद्धानंतर चलनवाढ झाल्याने लोकांना केवळ भरपूर नफा मिळवता आला, असे नाही; तर भांडवली मालमत्तेच्या किमतीत भरपूर वृद्धीही झाली. या पार्श्वभूमीवर १९४७च्या अर्थसंकल्पात करनिर्धारण वर्ष

१९४७-४८पासून भांडवली वृद्धीवर प्रथमच कर आकारण्यात आला. १९४९-५०पासून हा भांडवली कर रद्द केला होता, पण १९५६-५७च्या विशेष अर्थसंकल्पान्वये पुन्हा भांडवली नफ्यावर कर आकारण्यात आला. तो आजतागायत सुरूच आहे.

३१ मार्च १९५६नंतर भांडवली मालमत्तेच्या विक्रीतून, देवाणघेवाणीतून, हक्क सोडण्यातून किंवा हस्तांतरणातून नफा किंवा लाभ झाल्यास लाभार्थीने त्या नफ्यावर किंवा लाभावर भांडवली नफा कर भरणे बंधनकारक आहे. केंद्र सरकारला गरज भासेल तेव्हा भांडवली नफा कर कायद्यात वेळोवेळी पर्यायही सुचवण्यात आले आहेत.

निवासी किंवा व्यावसायिक मालमत्ता विकताना ती दोन वर्षांपेक्षा अधिक काळ तुमच्या ताब्यात असेल तरच दीर्घ मुदतीच्या भांडवली नफ्याचा लाभ घेता येतो. जर तीन वर्षांच्या आत मालमत्तेची विक्री करून होणाऱ्या भांडवली नफ्याला अल्प मुदतीचा भांडवली नफा (शॉर्ट टर्म कॅपिटल गेन) म्हणतात. अल्प मुदतीचा भांडवली नफा तुमच्या एकूण वार्षिक उत्पन्नामध्ये जमा धरून आयकरदायित्व ठरवले जाते. किंमत चलनवाढ निर्देशांकाचा वापर करून दीर्घ मुदतीचा भांडवली नफा कर आकारण्यासाठी सुधारित किंमत (ॲडजस्टेड कॉस्ट) काढली जाते. या सुधारित किमतीवर २० टक्के दराने कर आकारला जातो. हा कर भरताना तीन टक्के शैक्षणिक अधिभारासह (एज्युकेशनल सेस) भरावा लागतो. आयकर कलम ५४ ईसी अन्वये हा भांडवली नफा तीन वर्षांच्या प्रतिबंधित कालावधीसाठी पायाभूत रोख्यांमध्ये गुंतवून भांडवली नफ्यावरील कर वाचवता येऊ शकतो किंवा नवीन घरामध्ये गुंतवणूक करूनही वाचवता येऊ शकतो.

दीर्घ मुदतीत असलेल्या भांडवली मालमत्तेच्या विक्रीतून मिळालेल्या निव्वळ विक्री रकमेवरील (नेट सेल कन्सिडरेशन) कर वाचवण्यासाठी मालमत्तेची विक्री झालेल्या तारखेपासून सहा महिन्यांच्या आत चलनवाढ निर्देशाकांच्या (कॉस्ट इन्फ्लेशन इंडेक्स) ठरवलेल्या किमतीनुसार दीर्घ मुदतीत ती रक्कम पाच वर्षे मुदतीसाठी निर्देशित केलेल्या कंपन्याच्या रोख्यांमध्ये गुंतवावी लागते. या कंपन्या पायाभूत सोयीसुविधा प्रकल्प किंवा ऊर्जा निर्मिती किंवा वीज वितरणाच्या क्षेत्रातील असणे बंधनकारक आहे. या गुंतवणुकीस अधिकतम मर्यादा पन्नास लाख रुपये आहे.

पुढील उदाहरणावरून हे लक्षात येईल.

क्ष व्यक्तीने १९९२-१९९३ या आर्थिक वर्षात मुंबई क्षेत्रात एक फ्लॅट बारा लाख रुपयांना घेतला होता. २००२-२००३मध्ये फ्लॅटचे ४०,००० रुपयांचे नूतनीकरण करण्यात आले. २००२-२००३चा चलनवाढ निर्देशांक १०५ होता. 'क्ष' व्यक्तीने हाच फ्लॅट २०१९-२०२०च्या आर्थिक वर्षात ९० लाख रुपयांना विकला. 'क्ष' व्यक्तीची निव्वळ विक्री किंमत [९०,००,००० – (१२,००,००० + ४०,०००)] = ७७,६०,००० रुपये झाली. या रकमेवरील दीर्घ मुदतीचा भांडवली नफा कर वाचवण्यासाठी किंमत चलनवाढ निर्देशांकाच्या आधारे (सोबत तक्ता दिला आहे.) सुधारित किंमत (ॲडजस्टेड कॉस्ट) काढून ती किंमत निव्वळ विक्री किमतीतून वजा करावी म्हणजे दीर्घ मुदतीच्या भांडवली नफ्याची रक्कम (लाँग टर्म कॅपिटल गेन) मिळते. याच रकमेच्या २० टक्के रक्कम भांडवली नफा कर (कॅपिटल गेन टॅक्स) म्हणून देय ठरते.

१९९२-९३ मूळ किंमत १२,००,००० रु.

मुद्रांक शुल्क कायद्यानुसार १ एप्रिल २००१ रोजी फ्लॅटचे बाजारमूल्य १८,००,००० रु. चलनवाढ निर्देशांक १००.

२००२-०३मध्ये केलेले फ्लॅटचे नूतनीकरण ४०,००० रु. चलनवाढ निर्देशांक १०५.

२०१९-२० फ्लॅटची निव्वळ विक्री किंमत ९०,००,००० रु. चलनवाढ निर्देशांक २८९.

चलनवाढ निर्देशांकावर आधारित सुधारित खरेदी मूल्य =

$$= \frac{\text{१८,००,०००} \times \text{२८९}}{\text{१००}} + \frac{\text{४०,०००} \times \text{२८९}}{\text{१०५}}$$

५२,०२,००० + १,१०,०९५ = ५३,१२,०९५ रु.

९०,००,००० रु - ५३,१२,०९५ = ३६,८७,९०५

दीर्घ मुदतीचा भांडवली नफा = रु. ३६,८७,९०५

२०% भांडवली नफा कर = रु. ७,३७,५८१

आयकर कलम ५४ ईसी अन्वये ३६,३७,९०५/- रु. पाच वर्षांसाठी पायाभूत सोयीसुविधा प्रकल्प नॅशनल हायवे ॲथॉरिटी किंवा ऊर्जा निर्मिती आणि वीज वितरणाच्या क्षेत्रातील रुरल इलेक्ट्रिफिकेशन कॉर्पोरेशन या कंपन्यांच्या रोख्यांमध्ये गुंतवल्यास भांडवली नफा कर भरावा लागणार नाही.

२०१७च्या अर्थसंकल्पात प्रस्तावित केल्याप्रमाणे प्रत्यक्ष कर केंद्रीय बोर्डाने आर्थिक वर्ष २०१७-१८ (करनिर्धारण वर्ष २०१८-१९) पासून किंमत चलनवाढ निर्देशांकात पुढीलप्रमाणे बदल केलेले आहेत.

आर्थिक वर्ष (फायनान्शियल इयर)	**किंमत चलनवाढ निर्देशांक (कॉस्ट इन्फ्लेशन इंडेक्स)**	**आर्थिक वर्ष (फायनान्शियल इयर)**	**किंमत चलनवाढ निर्देशांक (कॉस्ट इन्फ्लेशन इंडेक्स)**
२००१-०२	१००	२०१०-११	१६७
२००२-०३	१०५	२०११-१२	१८४
२००३-०४	१०९	२०१२-१३	२००
२००४-०५	११३	२०१३-१४	२२०
२००५-०६	११७	२०१४-१५	२४०
२००६-०७	१२२	२०१५-१६	२५४
२००७-०८	१२९	२०१६-१७	२६४
२००८-०९	१३७	२०१७-१८	२७२
२००९-१०	१४८	२०१८-१९	२८०
		२०१९-२०	२८९

■■■

गृहकर्जाच्या परतफेडीचे नियोजन

आज जोखीम कुठे नाही? सर्वत्र आपण जोखीमयुक्त जीवन जगत असतो. त्यामुळे अल्पशी जोखीम स्वीकारून स्थावर मालमत्तेत (रिअल इस्टेट) गुंतवणूक केली तर किमान आठ ते नऊ टक्के दराने प्रति वर्ष मूल्यवृद्धी शक्य असल्याचे स्पष्ट झाले आहे. त्यात आता बिल्डरांनी अशा गुंतवणूकदारांसाठी विविध कंपन्यांना भाडेतत्त्वावर (लीजवर) सदनिका देण्याचा पर्याय आणला आहे. विशेषत: उपनगरातील मोठे बिल्डर या सदनिका कंपन्यांना भाडेतत्त्वावर उपलब्ध करून देत असल्याने स्थावर मालमत्तेतील गुंतवणुकीला एक वेगळीच कलाटणी प्राप्त होत आहे.

गृहकर्ज घेऊन किंवा गृहकर्जाशिवाय गुंतवणूक करून अशा प्रकारे भाडेतत्त्वावर सदनिका दिली तर गृहकर्जावरील वार्षिक १० टक्के आणि सोसायटीचा मासिक एक ते दीड टक्का देखभालखर्च (सदनिकेच्या खरेदी मूल्याच्या) गृहीत धरला तर वर्षात २० ते २८ टक्के दरम्यान आर्थिक जबाबदारी येते. परंतु कंपन्यांकडून मिळणाऱ्या भाड्याचा दर लक्षात घेता गुंतवणूकदार सर्व आर्थिक जबाबदाऱ्या पार पाडून किमान दोन ते कमाल तीन टक्क्यांपर्यंत अतिरिक्त उत्पन्न मिळवू शकतो.

उदाहरण द्यायचे झाले तर, सध्या मुंबईच्या उपनगरात सॉफ्टवेअर कंपन्यांमध्ये काम करणारे ट्रेनी इंजिनिअर तीन खोल्यांची सदनिका चार-पाच जण मिळून भाड्याने घेतात. त्या वेळी त्या चार-पाच जणांमध्ये भाड्याची रक्कम विभागलेली असते. त्यामुळे चांगले भाडे मिळतेच; आणि किमान चार-पाच वर्षे उत्पन्न मिळण्याची सोयही निर्माण होते. अशा प्रकारे चांगला उत्पन्न दर स्थावर मालमत्तेतील गुंतवणूक देऊ शकतेच; परंतु त्या स्थावराची भांडवलवृद्धी झाल्याने मुद्दलात तोटा होण्याची शक्यता नसते. स्थावराची स्वनिर्मित मालमत्तेत भर पडते ती वेगळीच. यातील गुंतवणुकीचा जोखमीचा भाग म्हणजे देखभालीचा वाढणारा मासिक खर्च आणि कर्ज घेतले असेल तर त्या कर्जावरील व्याजाच्या परतफेडीची रक्कम. या दोन घटकांचा विचार करून स्थावरात केलेली गुंतवणूक निश्चितच यशस्वी ठरू शकते.

गृहकर्जाच्या परतफेडीची मुदत जर १५ वर्षे असेल तर पहिल्या, दुसऱ्या, तिसऱ्या व चौथ्या वर्षी व्याजाचा हिस्सा व मुद्दलाचा हिस्सा अनुक्रमे ८२ टक्के व १८ टक्के, ८० टक्के व २० टक्के, ७८ टक्के व २२ टक्के आणि ७६ टक्के व २४ टक्के समान मासिक हप्त्यांत असतात. पहिल्या वर्षीच १८ टक्के मुद्दलाची एकरकमी अतिरिक्त परतफेड केली तर १२ समान मासिक हप्ते कमी होऊ शकतात. याप्रमाणे परतफेडी करून १५ वर्षे मुदतीचा 'ब्रेक इव्हन पॉइंट', जो सातव्या वर्षी अंदाजे येतो तो, लवकर येऊन आपले कर्ज सात ते नऊ वर्षांत पूर्णतः फेडलेले असू शकते.

चार महानगरांपेक्षा इतर शहरांत आणि तालुक्यांच्या ठिकाणी गृहनिर्माण क्षेत्रातील तेजी अधिक लक्षणीय ठरली आहे. महानगरानजीकची शहरे अधिकाधिक विकसित होत असल्याने आणि गृहकर्जांच्या सहज होणाऱ्या उपलब्धतेमुळे या शहरांतील गृहनिर्माणास चालना मिळाली आहे. बहुसंख्य घरखरेदीदार गृहकर्ज घेऊनच ही गुंतवणूक करतात.

कधी एकदा हप्ते संपतात आणि गृहकर्जातून मुक्त होतो याची गृहकर्जदार प्रतीक्षा करत असतात. स्वतःची निकड म्हणून गृहकर्ज घेतलेले असले तरीही ते लवकर फेडून कर्जदार आयकरातून मिळणाऱ्या सवलतींचा लाभ सोडून देतो.

गृहकर्जाची रक्कम आणि कर्जाचे हप्ते कर्जदारास मनःशांती ढळणारे घटक वाटत असले तरीही, या परतफेडीचे नेमके नियोजन केले तर ते गृहकर्जदारास आर्थिकदृष्ट्या लाभकारी आणि मनःशांतीदायी ठरते. गृहकर्जाच्या परतफेडीचे नियोजन गृहकर्ज स्वीकारताना सुरू होते. बहुसंख्य लोक २० वर्षे मुदतीचे कर्ज मिळत असतानाही १० किंवा १५ वर्षांची मुदत स्वीकारतात. परंतु २० वर्षांचे कर्ज १३ ते १० वर्षांत, १५ वर्षांचे कर्ज नऊ ते सात वर्षांत फेडता येणे पुढे दिलेल्या नियोजनाने शक्य होते. ते पुढील तक्त्यावरून लक्षात येईल.

७ वर्षासाठी (For 7 year loan)		
वर्ष	**व्याज खाते**	**मुद्दल खाते**
१	५५%	४५%
२	५०%	५०%
३	४४%	५६%
४	३७%	६३%
५	२९%	७१%
६	२१%	७९%
७	११%	८९%

१५ वर्षासाठी (For 15 Year Loan)			२० वर्षांसाठी (For 20 Year Loan)		
वर्ष	व्याज खाते	मुद्दल खाते	वर्ष	व्याज खाते	मुद्दल खाते
१	८२%	१८%	१	९१%	९%
२	८०%	२०%	२	९०%	१०%
३	७८%	२२%	३	८८%	१२%
४	७६%	२४%	४	८७%	१३%
५	७३%	२७%	५	८५%	१५%
६	६९%	३१%	६	८३%	१७%
७	६५%	३५%	७	८१%	१९%
८	६१%	३९%	८	७८%	२२%
९	५६%	४४%	९	७६%	२४%
१०	५१%	४९%	१०	७३%	२७%
११	४४%	५६%	११	७०%	३०%
१२	३७%	६३%	१२	६६%	३४%
१३	३०%	७०%	१३	६२%	३८%
१४	२१%	७९%	१४	५७%	४३%
१५	११%	८९%	१५	५१%	४९%
			१६	४५%	५५%
			१७	३८%	६२%
			१८	३०%	७०%
			१९	२१%	७९%
			२०	११%	८९%

जेव्हा आपण २० वर्षे मुदतीचे गृहकर्ज स्वीकारतो तेव्हा पहिल्या वर्षी भरलेल्या १२ समान मासिक हप्त्यांच्या (इएमआय) एकूण रकमेत साधारणतः ९१ टक्के हिस्सा गृहकर्जावरील व्याजात घटक असतो, तर उर्वरित ९ टक्के हिस्सा गृहकर्जावरील मुद्दलाच्या घटकाचा असतो. दुसऱ्या, तिसऱ्या व चौथ्या वर्षी अनुक्रमे व्याजाच्या हिश्शांचे प्रमाण व मुद्दलाच्या हिश्शांचे प्रमाण अनुक्रमे ९० टक्के व १० टक्के, ८८ टक्के व १२ टक्के आणि ८७ टक्के व १३ टक्के आढळते. वीस वर्षे मुदतीच्या कर्जाच्या बाबतीत गृहकर्जफेडीचा 'ब्रेक ईव्हन पॉइंट' साधारणतः चौदाव्या किंवा पंधराव्या वर्षी असतो. याचाच अर्थ, मुद्दलाचा घटक आणि व्याजाचा घटक समान प्रमाणानजीक असतात (उदाहरणार्थ, ४९ टक्के - ५१ टक्के किंवा ५५ टक्के - ४५ टक्के). हा ब्रेक ईव्हन पॉइंट जितक्या लवकर येईल तितकी तुमच्या व्याजाच्या परतफेडीच्या रकमेत मोठी बचत होते. पहिल्या वर्षी मुद्दलाच्या घटकाची असलेली १० टक्के रक्कम समान मासिक हप्त्यांव्यतिरिक्त

मुद्दलाची अंशात्मक परतफेड म्हणून भरली असता तुमचे १२ समान मासिक हप्ते कमी होऊ शकतात. तिसऱ्या वर्षीच्या १२ टक्के मुद्दलाच्या हिश्शाची रक्कम एकरकमी जादा भरली तर अजून १२ हप्ते कमी होऊ शकतात. या पद्धतीने २० वर्षे मुदतीचे गृहकर्ज घेऊन आयकर लाभ उठवत गृहकर्जाची परतफेड अवघ्या १० वर्षांपर्यंत करता येते.

गृहकर्जाच्या परतफेडीची मुदत जर १५ वर्षे असेल तर पहिल्या, दुसऱ्या, तिसऱ्या व चौथ्या वर्षी व्याजाचा हिस्सा व मुद्दलाचा हिस्सा अनुक्रमे ८२ टक्के व १८ टक्के, ८० टक्के व २० टक्के, ७८ टक्के व २२ टक्के आणि ७६ टक्के व २४ टक्के समान मासिक हप्त्यांत असतात. पहिल्या वर्षीच १८ टक्के मुद्दलाची एकरकमी अतिरिक्त परतफेड केली तर १२ समान मासिक हप्ते कमी होऊ शकतात. याप्रमाणे परतफेडी करून १५ वर्षे मुदतीचा 'ब्रेक इव्हन पॉइंट', जो सातव्या वर्षी अंदाजे येतो तो, लवकर येऊन आपले कर्ज सात ते नऊ वर्षांत पूर्णत: फेडलेले असू शकते.

व्याजदर वाढण्याच्या भीतीने 'फिक्स्ड रेट'ची कर्जे भविष्यात मुदतपूर्व फेड करण्याची वेळ आल्यास महाग पडतात. त्या तुलनेत 'फ्लोटिंग रेट'ची कर्जे वाढत्या दरांची जोखीम बाळगून असली तरीही नियोजन केल्यास व्याजाच्या रकमेत बचत होऊ शकते. गृहकर्ज देणाऱ्या विविध कंपन्या व बँका यांच्या समान मासिक हप्ता (इएमआय) आकारणीत असलेला फरक उपरोक्त परतफेडीच्या नियोजनात थोडासा फेरफार घडवू शकतो.

गृहकर्जाची परतफेड मुदतपूर्व करताना जर त्या कर्जाच्या समान मासिक हप्त्यात दर वर्षी किमान पाच टक्के वाढ केली तर २० वर्षे मुदतीचे कर्ज जवळजवळ १२ वर्षांत फेडले जाते. जर समान मासिक हप्त्यात दर वर्षी १० टक्के वाढ केली तर हेच कर्ज साडेनऊ वर्षात संपून जाते. पुढील उदाहरणावरून हे अधिक स्पष्ट होईल.

समजा, प्रति वर्ष नऊ टक्के व्याजदराने ३० लाख रुपयांचे कर्ज २० वर्षे मुदतीसाठी घेतले आहे. या कर्जाचा समान मासिक हप्ता २६,९९२ रुपये येत आहे. पुढील २० वर्षांत या ३० लाख रुपयांच्या कर्जावर एकूण ३४ लाख ७८ हजार रुपयांचे व्याज देय ठरणार आहे. जर देय समान मासिक हप्त्यात दर वर्षी पाच टक्के वाढ केली तर कर्ज १२ वर्षे एक महिन्यात फेडले जाऊन कर्जावरील देय व्याज रकमेत १२ लाख ८६ हजार रुपयांची बचत होईल. जर देय समान मासिक हप्त्यांत दर वर्षी दहा टक्क्यांनी वाढ केली तर कर्जावरील देय व्याज रकमेत १७ लाख १६ हजार रुपयांची बचत होऊन कर्ज नऊ वर्षे सहा महिन्यांत संपून जाईल.

■■■

छोट्या गृहप्रदर्शनातूनच गृहनिर्माण क्षेत्रास गती

बहुसंख्य ग्राहकांना शहरातील एखाद्या उपनगरातील विशिष्ट भागात घर घेण्याची इच्छा असते. अशा ग्राहकांना या मोठ्या प्रदर्शनात त्या उपनगरातील विशिष्ट भागात सुरू असलेल्या गृहनिर्माण प्रकल्पाचा शोध घेण्यात वेळी घालवावा लागतो आणि त्रासही होतो. एकाच परिसरातील विविध गृहनिर्माण प्रकल्पांशी तुलना करणे कठीण होऊन बसते. एमसीएचआय, क्रेडाई, बँका, गृहवित्त कंपन्या यांच्या संयुक्त विद्यमाने विशिष्ट ठिकाणापुरती (डेस्टिनेशन) मर्यादित गृहप्रदर्शनांची मालिका सुरू केलेली आहे. या छोट्या; पण त्या ठिकाणापुरत्या मर्यादित असलेल्या प्रदर्शनामुळे सर्व बाबींचा विचार एकाच छताखाली करता येणे शक्य झाले आहे.

नो डाऊन पेमेंट, १०० टक्के गृहकर्ज, जागेवरच कर्ज उपलब्ध, फ्लॅटसोबत टीव्ही-फ्रीज मोफत, फर्निश्ड फ्लॅट स्वस्त दरात, अशा एक ना अनेक जाहिराती घर घेणाऱ्याला भुरळ पाडत असतात. त्याचबरोबर शहरात होणाऱ्या गृहनिर्माण आणि गृहकर्ज क्षेत्रविषयक प्रदर्शनांतून विविध गृहनिर्माण प्रकल्प, बिल्डर ग्राहकांना आकर्षून घेत असतात. नोव्हेंबर २००१पासून मुंबई, नवी मुंबई, ठाणे इथे झालेल्या तीन-चार मोठ्या प्रदर्शनांतून गृहविक्रीस चालना मिळाली. प्रत्येक प्रदर्शनात ५०० ते १००० फ्लॅटची विक्री २०१३पर्यंत झाली. नंतरच्या काळात मात्र ही विक्री मंदावली. या प्रदर्शनातून घर घेऊ इच्छिणाऱ्यांचा गृहकर्जाचा प्रश्न विविध गृहवित्तसाहाय्य कंपन्या आणि बँकांनी प्रदर्शनस्थळीच सोडवल्यामुळे त्यांना प्रतिसाद चांगला लाभला.

परंतु बहुसंख्य ग्राहकांना शहरातील एखाद्या उपनगरातील विशिष्ट भागात घर घेण्याची इच्छा असते. अशा ग्राहकांना या मोठ्या प्रदर्शनात त्या उपनगरातील विशिष्ट भागात सुरू असलेल्या गृहनिर्माण प्रकल्पाचा शोध घेण्यात वेळी घालवावा लागतो आणि त्रासही होतो. एकाच परिसरातील विविध गृहनिर्माण प्रकल्पांशी तुलना करणे कठीण होऊन बसते. काही वेळा ग्राहकाला 'बजेट' तोकडे पडत असते, तर काही वेळा ग्राहकाला अपेक्षित असलेली उत्तरे त्या प्रकल्पात आढळत नसतात. त्याचबरोबर बिल्डरांना अपेक्षित असलेला 'स्थानिक ग्राहक' मिळवण्यात श्रम आणि वेळही या मोठ्या प्रदर्शनात दवडवायला लागतो.

हीच नेमकी गरज ओळखून एमसीएचआय, क्रेडाई, बँका, गृहवित्त कंपन्या यांच्या संयुक्त विद्यमाने विशिष्ट ठिकाणापुरती (डेस्टिनेशन) मर्यादित गृहप्रदर्शनांची मालिका सुरू केलेली आहे. या छोट्या; पण त्या ठिकाणापुरत्या मर्यादित असलेल्या प्रदर्शनामुळे सर्व बाबींचा विचार एकाच छताखाली करता येणे शक्य झाले आहे.

या छोट्या प्रदर्शनातून ग्राहकाला गृहकर्जसंबंधित समुपदेशनाचा लाभ होऊन घर खरेदी करण्याबाबत योग्य सल्ला आणि मार्गदर्शन यांचा लाभ मिळतो. बिल्डर, गृहकर्ज देणारी वित्तसंस्था आणि ग्राहक यांनी एकत्र बसून प्रत्यक्ष चर्चा करण्यामुळे ग्राहकांचा दृष्टिकोण, आर्थिक क्षमता आणि गृहनिर्माण क्षेत्राची स्पष्ट कल्पना येऊन त्याला सुयोग्य ठरणारा पर्याय स्वीकारणे साह्यकारी ठरते.

छोट्या प्रदर्शनामुळे बिल्डरांनाही कमी श्रमात आणि कमी खर्चात ग्राहकांशी संपर्क साधणे सुलभ ठरते. ज्या ग्राहकांना ठरावीक परिसरात घर घ्यायचे आहे, त्याच आणि निश्चित ग्राहकांशी संबंध आल्याने बिल्डर्सना आपले विक्रीतंत्र निश्चित करता येते. ग्राहक-बिल्डर्सचा सुसंवाद स्पष्ट आणि सुलभ ठरतो.

गृहकर्ज देणाऱ्या कंपन्यांना बिल्डर आणि ग्राहक यांचा दृष्टिकोण कळून येतो. गृहनिर्माण क्षेत्रातील मागणी-पुरवठ्याचे चित्र स्पष्ट कळून येते आणि शहरातील कोणत्या भागात अशा गृहनिर्माणाची अधिक गरज आहे, ते लक्षात येते. प्रकल्प छाननी करून घेऊन घरकर्ज-इच्छुकाला ताबडतोब प्रकल्पाविषयक अहवाल देऊन, ग्राहकांचे प्रकल्पाविषयी असलेले प्रश्न व शंका समाधानकारकपणे सोडवण्यास मदत होते. ग्राहकाची आर्थिक क्षमता, घराची गरज आणि बिल्डरचा गृहनिर्माण प्रकल्प यांची सांगड घालण्याचे काम करणे या गृहकर्ज देणाऱ्या संस्थांना सुलभ ठरते.

गृहनिर्माण क्षेत्रातील काळ्या पैशांचे झालेले उच्चाटन ग्राहकाला समाधान देणारे ठरल्याने घरखरेदीत ग्राहक रस घेऊ लागला आहे. गृहकर्जावरील आयकर सवलतींचा फायदा घेऊन मालमत्तेत भर टाकण्याचाही दृष्टिकोण काही ग्राहकांचा असतो. अशी छोटी गृहप्रदर्शने भरवण्याचा प्रयत्न चोखंदळ घर-इच्छुकाच्या पथ्यावर पडणार आहे. घर घेण्याच्या प्रक्रियेत उपलब्ध झालेल्या बहुपर्यायी संधीचे सोने करण्यात ग्राहक, बिल्डर आणि गृहकर्ज देणाऱ्या कंपन्यांना वाव मिळाला आहे.

जेव्हा एचडीएफसीसारख्या कंपन्या एखाद्या गृहनिर्माण प्रकल्पाची खातरी देतात तेव्हा त्या प्रकल्पाच्या बांधकाम व्यावसायिकाबद्दल ग्राहकाला विश्वास वाटून तो गृहखरेदीचा निर्णय घेतो. चांगल्या दर्जाचे घर आणि विश्वासार्ह व्यवहार झाल्याचे मिळणारे समाधान ग्राहकाच्या चेहऱ्यावर दिसत असते. त्याच वेळी आर्थिक क्षमता अजमावलेला ग्राहक या छोट्या प्रदर्शनातून कमी वेळेत आणि कमी खर्चात मिळाल्याने बिल्डरही त्या-त्या गृहनिर्माण शिखर (अपेक्स) संस्थांना श्रेय देतो.

महाराष्ट्र चेंबर ऑफ हाउसिंग इंडस्ट्री (एमसीएचआय) ही महाराष्ट्रातील बिल्डर्स व विकासक यांची संस्था आहे. या संस्थेतर्फेही वेळोवेळी गृहप्रकल्प प्रदर्शने व चर्चात्मक कार्यक्रम आयोजले जातात. या प्रदर्शनांची माहिती www.mchi@vrnl.net.in वर उपलब्ध होऊ शकते.

■■■

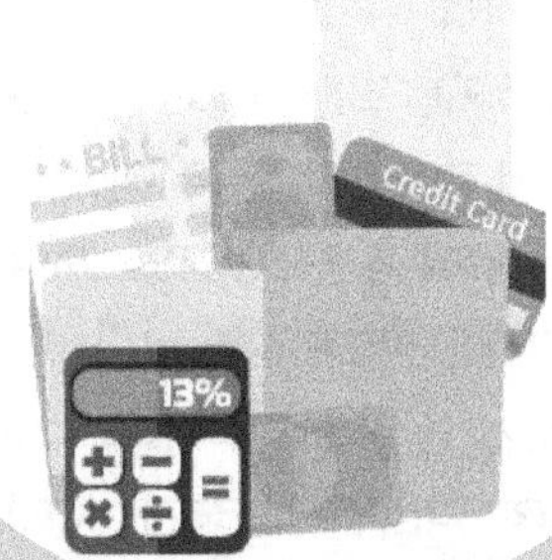

प्रधानमंत्री आवास योजना आणि पतसंलग्न अनुदान योजना

एकीकडे उत्पन्नाचा वाढणारा स्तर आणि दुसरीकडे गृहकर्जावरील परवडणारा व्याजदर यामुळे घर खरेदीच्या क्षमतेत भर पडली आहे. शहरातील गरीब लोकांना परवडणारी घरे मिळण्यासाठी 'प्रधानमंत्री आवास योजना' हा एक उपक्रम पंतप्रधान नरेंद्र मोदी यांनी जून २०१५मध्ये सुरू केला. त्यासाठी ३१ मार्च २०२२पर्यंत दोन कोटी परवडणाऱ्या घरांच्या निर्मितीचे उद्दिष्ट ठेवले आहे.

भारताची ६६ टक्के लोकसंख्या ३५ वर्षे वयाहून कमी आहे. त्यात विभक्त कुटुंब पद्धतीमुळे बहुसंख्य तरुण स्वत:च्या घराच्या प्रयत्नात आहेत. त्यामुळे गृहकर्जासह घराची सोय होत असेल तर ती या समाजाची मोठी गरज बनली आहे. भारताच्या एकूण लोकसंख्येपैकी ३२ टक्के शहरात वास्तव्यास आहेत. २०३०मध्ये हेच प्रमाण ४० टक्क्यांवर गेलेले असेल. त्यात गावागावांचा शहरीकरणाचा वेग वाढत चालला आहे. एकीकडे उत्पन्नाचा वाढणारा स्तर आणि दुसरीकडे गृहकर्जावरील परवडणारा व्याजदर यामुळे घर खरेदीच्या क्षमतेत भर पडली आहे. शहरातील गरीब लोकांना परवडणारी घरे मिळण्यासाठी 'प्रधानमंत्री आवास योजना' हा एक उपक्रम पंतप्रधान नरेंद्र मोदी यांनी जून २०१५मध्ये सुरू केला. त्यासाठी ३१ मार्च २०२२पर्यंत दोन कोटी परवडणाऱ्या घरांच्या निर्मितीचे उद्दिष्ट ठेवले आहे. १ जानेवारी २०१७पासून हीच योजना मध्यम उत्पन्न वर्गासाठी ३१ मार्च २०२०पर्यंत खुली केली आहे. पतसंलग्न अनुदान योजनेंतर्गत (Credit Linked Subsidy Scheme) आर्थिकदृष्ट्या दुर्बल वर्ग, निम्न उत्पन्न वर्ग आणि मध्यम उत्पन्न वर्ग या तीन वर्गांतील लोक घर खरेदीसाठी किंवा घर बांधण्यासाठी अनुदानित व्याजाच्या लाभास पात्र ठरणार आहेत. पती, पत्नी आणि अविवाहित मुले असे कुटुंब लाभार्थी असेल. विवाहित किंवा अविवाहित कोणीही १८ वर्षांवरील व्यक्ती मध्यम उत्पन्न गटात वेगळ्या घरासाठी पात्र ठरवली जाईल. या योजनेंतर्गत भारतातील छोट्यामोठ्या अशा ४,४५२ शहरातील घरांसाठी हे अनुदानित कर्ज उपलब्ध आहे.

ज्या कुटुंबाचे वार्षिक उत्पन्न तीन लाख रुपयांपर्यंत असेल ते आर्थिकदृष्ट्या दुर्बल गटात येतील. ज्या कुटुंबाचे वार्षिक उत्पन्न तीन लाख रुपये ते सहा लाख रुपयांपर्यंत असेल ते निम्न उत्पन्न गटात येतील. ज्या कुटुंबाचे वार्षिक उत्पन्न तीन लाख रुपये ते बारा लाख रुपयांपर्यंत असेल ते मध्यम उत्पन्न गट-१ मध्ये, तर ज्या कुटुंबाचे वार्षिक उत्पन्न बारा लाख रुपये ते अठरा लाख रुपयांपर्यंत असेल ते मध्यम उत्पन्न गट-२ मध्ये येतील. 'प्रधानमंत्री आवास योजना' या उपक्रमांतर्गत ७५,००,००० रुपयांपर्यंतच्या सर्व गृहकर्जासाठी स्त्रियांसाठी ८.३५% आणि इतरांसाठी ८.४०% प्रति वर्ष व्याजदर आकारला जात आहे. प्रधानमंत्री आवास योजनेअंतर्गत अर्जदार अर्ज करतो तेव्हा त्याच्या आर्थिक दुर्बल किंवा निम्न उत्पन्न गटातील वर्गवारीनुसार सहा लाख रुपयांपर्यंतच्या कर्जाच्या व्याजावर ६.५% अनुदानित व्याजाचा लाभ देण्यात येतो. मध्यम उत्पन्न गट-१ मधील वर्गवारीनुसार नऊ लाख रुपयांपर्यंतच्या गृहकर्जाच्या व्याजावर ४% तर मध्यम उत्पन्न गट-२ मधील वर्गवारीनुसार बारा लाख रुपयांपर्यंतच्या गृहकर्जाच्या व्याजावर ३% अनुदानित व्याजाचा लाभ देण्यात येतो.

प्रधानमंत्री आवास योजनेअंतर्गत पतसंलग्न अनुदान योजनेत अनुदानास पात्र ठरण्यासाठी गृहनिर्माण आणि नागरी व्यवहार मंत्रालयाने महत्त्वाच्या चार अटी घातल्या आहेत : (१) संपूर्ण भारतात अर्जदाराचे पक्के घर असता नये आणि भारत सरकारच्या कोणत्याही गृहनिर्माण योजनेद्वारे लाभ घेतलेला असता कामा नये. (२) उत्पन्न मर्यादेच्या उपरोल्लेखित अटींमध्ये अर्जदार वर्गवारीनुसार पात्र असला पाहिजे. (३) आर्थिकदृष्ट्या दुर्बल आणि निम्न उत्पन्न गटातील अर्जदारांच्या घराचे चटई क्षेत्र ६० चौमीपेक्षा अधिक असू नये, तर मध्यम उत्पन्न गट-१ मधील वर्गवारीनुसार १२० चौमी, तर मध्यम उत्पन्न गट-२ मधील वर्गवारीनुसार १५० चौमीपेक्षा अधिक चटई क्षेत्र असू नये. (४) घर खरेदीसाठी आर्थिकदृष्ट्या दुर्बल आणि निम्न उत्पन्न वर्गातील लाभार्थीसाठी स्त्री त्या घराची मालक (Owner) किंवा सहमालक (Co-owner) असली पाहिजे. ही अट घरबांधणीसाठी किंवा वाढीव बांधकामासाठी तसेच मध्यम उत्पन गटाच्या दोन्ही वर्गवारीसाठी लागू नाही.

प्रधानमंत्री आवास योजनेअन्वये कमाल २० वर्षांपर्यंत कर्जफेडीची मुदत मिळू शकते. परंतु प्रत्येक व्यक्तीची कर्ज परतफेडीची क्षमता आणि घराची किंमत लक्षात घेता उपलब्ध कर्जाची रक्कम बघूनच कर्ज मंजूर होत असते. या योजनेंतर्गत २० वर्षांच्या अवधीत अधिकतम मिळणारे अनुदान हे २.३० लाख रुपये ते २.६७ लाख रुपये असू शकते. हे अनुदान निव्वळ वर्तमान मूल्याधारित (Net Present Value) पद्धतीनुसार ९% सवलतीच्या दराने काढलेले असते.

गृहकर्जावरील हे अनुदान मिळवण्यासाठी दावा करावा लागतो. गृहकर्जाचे संपूर्ण वाटप झाल्यावर कर्ज देणारी वित्तसंस्था किंवा बँक या अनुदानास पात्र ठरलेल्या कर्जदारांचे दावे राष्ट्रीय आवास बँकेकडे (National Housing Bank) पाठवते. या अर्जाची छाननी करून पात्र ठरलेल्या कर्जदारांची अनुदानाची रक्कम कर्ज देणाऱ्या बँकेच्या किंवा वित्तसंस्थेच्या खात्यात जमा करते.

राष्ट्रीय आवास बँकेकडून ही रक्कम आली की, कर्जदाराच्या खात्यातील कर्जाच्या शिल्लक मुद्दलातून वजा केली जाऊन दरमहा भरल्या जाणाऱ्या समान मासिक हप्त्यात (EMI) त्यानुसार सुधारणा केली जाते.

ज्या वेळी बँकेकडून किंवा वित्तसंस्थेकडून त्या परवडणाऱ्या घरासाठी कर्ज घेणार असता त्याच वेळी त्या बँकेला किंवा वित्तसंस्थेला पतसंलग्न अनुदान योजनेंतर्गत दावा करण्याबाबत लाभार्थीने सांगावयाचे असते.

आर्थिकदृष्ट्या दुर्बल आणि निम्न उत्पन्न वर्गातील लाभार्थीसाठी ३१ मार्च २०२२पर्यंत, तर मध्यम उत्पन्न गटाच्या दोन्ही वर्गवारीसाठी ३१ मार्च २०२०पर्यंत ही योजना आणि पतसंलग्न अनुदान वाटप लागू असेल.

■■■

रिव्हर्स मॉर्गेज

काही ज्येष्ठ नागरिक, मुले परदेशात स्थायिक झाल्याने किंवा मुलांशी पटत नसल्याने स्वतःच्या मालकीच्या जागेत स्वतंत्र राहत आहेत. अशांपैकी काही जणांना आर्थिक तंगी जाणवते आहे. मुलांकडून अर्थसाहाय्य घेणे मनाला पटत नाही. अशा वेळी आपली मालकीची जागा वित्तसंस्थांकडे किंवा ओळखीच्या वा नात्यातील श्रीमंत व्यक्तीकडे 'उलट तारण' (रिव्हर्स मॉर्गेज) ठेवून दरमहा ठरावीक उत्पन्न मिळवता येणे शक्य आहे.

पती-पत्नी यांच्या पश्चात रिव्हर्स मॉर्गेज केलेल्या जागेच्या विक्रीतून त्या संस्थेकडून किंवा व्यक्तीकडून त्यांची गुंतवणूक (जी त्यांना दरमहा किंवा दर वर्षी दिलेली आहे ती रक्कम, करारात नोंदलेल्या व्याजदरासह) वळती करून घेऊन उर्वरित रक्कम त्यांच्या वारसाला दिली जाईल. हे गहाणखताचे व्यवहार कायदेशीर असल्याने त्यांची मुले हा व्यवहार करण्यासाठी आक्षेप घेणार नाहीत. जर आक्षेप घेत असतील तर मुलांकडूनच आपली आर्थिक गरज भागवण्याची हमी मिळवावी.

कर्जदार व्यक्तीच्या निधनानंतर त्यांच्या कायदेशीर वारसाला आई-वडिलांनी घेतलेल्या कर्जाची परतफेड करून, गहाणखत रद्द करून ते घर स्वतःच्या नावे करून घेता येईल. कर्जदाराला वारसदार नसल्यास अथवा वारसदार कर्जफेडीसाठी पुढे न आल्यास गृहवित्त कंपनी सदर कर्जाची रक्कम वसूल करून घेईल; अर्थात, ते घर विकूनच!

- रिव्हर्स मॉर्गेजसाठी ज्या भारतीय नागरिकांचे वय ६० वर्षांहून अधिक आहे, त्या ज्येष्ठ नागरिकाला अर्ज करता येईल. ज्या वेळी पती-पत्नी संयुक्तपणे अर्ज करतील त्या वेळी त्या दोघांपैकी एकाचे वय ६० वर्षांहून अधिक असले पाहिजे. संपूर्णपणे स्वतःच्या मालकीची ही वास्तू असणे आवश्यक असून त्या वास्तूत वास्तव्य असले पाहिजे. या वास्तूवर अन्य कोणाचाही दावा किंवा हक्क असता कामा नये. या वास्तूचे अपेक्षित आयुष्य किमान २० वर्षे असणे आवश्यक आहे.

- कर्जाची रक्कम निवासी घराच्या बाजारमूल्यावर आधारित असून पुढे दिलेल्या तक्त्यात कर्जदारांच्या वयानुसार घराच्या निर्धारित मूल्याच्या किती प्रमाणात कर्जाचे प्रमाण निश्चित केले जाते, ते दर्शवले आहे.

वय (वर्षे)	घराच्या निर्धारित मूल्याच्या किती प्रमाणात कर्जाची रक्कम ? (टक्के)
६० ते ६५	४०
६६ ते ७०	५०
७१ ते ७५	५५
७५ हून अधिक	६०

- पाच वर्षांतून किमान एकदा तरी तारण ठेवलेल्या या घराचे मूल्यांकन कर्ज दिलेल्या वित्तीय कंपनीने किंवा बँकेने केले पाहिजे. या पुनर्मूल्यांकित किमतीच्या आधारे कर्जरचनेत आवश्यक ते फेरफार वित्तसंस्थांनी व बँकानी केले पाहिजेत, असे दंडक राष्ट्रीय आवास बँकेने घालून दिले आहेत.
- उलट तारण केल्यावर कर्जदार दरमहा, दर तिमाहीस, दर सहामाहीस, दर वर्षी किंवा एकरकमी रक्कम उचलू शकतो.
- या कर्जाची अधिकतम मुदत १५ वर्षे आहे. या कर्जाची रक्कम घराच्या नूतनीकरणासाठी, विस्तारासाठी, स्वतःच्या किंवा कुटुंबाच्या उदरनिर्वाहासाठी, गृहकर्जाच्या परतफेडीसाठी किंवा स्वतःच्या किंवा कुटुंब सदस्याच्या वैद्यकीय उपचार खर्चासाठीच वापरण्याची मुभा आहे.
- या कर्जाचा उपयोग शेअर्सच्या वा अन्य सट्टात्मक व्यवहारांसाठी किंवा उद्योगव्यवसायांसाठी करता येत नाही.
- कर्जदाराला मालमत्ता सर्वेक्षण व मूल्यांकन शुल्क, मुद्रांक व नोंदणी शुल्क, विधी सल्लागाराचे शुल्क (लिगल चार्जेस) व मालमत्ता निरीक्षण आणि छाननी शुल्क भरावे लागतात.
- कर्जदार कधीही कर्जाच्या रकमेची परतफेड करून आपली वास्तू सोडवून घेऊ शकतो. त्यासाठी कोणतेही शुल्क वा आकार लावले जात नाहीत.

उलट तारण (रिव्हर्स मॉर्गेज) ही संकल्पना आंतरराष्ट्रीय स्तरावर अतिशय यशस्वी ठरलेली असून भारतातील बदलत्या जीवनशैलीतदेखील रुजत आहे. या योजनेचा सर्वात मोठा फायदा म्हणजे इतर सर्व सोयीसुविधांच्या जोडीला वयोवृद्ध जोडप्यांना त्यांच्या हक्काच्या घरात मृत्यूपर्यंत राहता येते. दोघांच्याही मृत्युपश्चात राहती जागा वित्तीय संस्थेच्या मालकीची होते. परंतु त्याच्या वारसदारास ती जागा हवी असल्यास वृद्धांनी योजना घेतल्यापासून ते त्यांच्या मृत्यू कालावधीपर्यंत वित्तीय संस्थेने ठरवलेल्या योग्य त्या रकमेची परतफेड करून विशिष्ट मुदतीत (उदाहरणार्थ, ४५ दिवसांत) मालकी हक्क प्राप्त करून घेता येतात. योजनेचा लाभ घेण्यापूर्वी तसे लेखी आश्वासन वृद्धांकडून घेण्यात आलेले असते.

■■■

गृहकर्जासह गृहधारक विमा संरक्षण

घरातील मुख्य कमावता माणूस गेल्यावर वारसांपुढे घरच्या कर्जाची रक्कम अंधारी आणते. एवढे कर्ज कसे आणि किती अवधीत फेडायचे? घर विकता येईल का? ज्या बँकेने किंवा वित्त संस्थेने कर्ज दिले आहे ती हे घर विकायला परवानगी देईल का? असे एक ना अनेक प्रश्न त्या घरातील वारसांपुढे उभे राहतात.

एकीकडे नवीन स्वत:चे झालेले घर म्हणून आनंद होत असतो, तर दुसरीकडे त्या घरासाठी घेतलेल्या गृहकर्जाचे हप्ते नजरेसमोर फिरत असतात. गृहकर्जाचा मासिक हप्ता एकदा सुरू झाला की नेहमीचा आवश्यक घरखर्च कसा जुळवायचा हा प्रश्न किमान पहिली तीन-चार वर्षे मेंदू कुरतडून टाकतो. ही आर्थिक ओढाताण जाणवू नये म्हणून फार क्वचितच खबरदारी घेतलेली असते. स्वत:चे हक्काचे घर निर्मिण्याच स्वप्न अस्तित्वात आणण्यासाठी कोण धावपळ केलेली असते. शरीरावर आणि मनावर कितीही आघात झाले तरी त्या एकमेव घरासाठी सगळे सोसलेले असते. गृहकर्जाच्या हप्त्याची दर महिन्याच्या विशिष्ट तारखेला डोक्यावर टांगलेली तलवार मनावर अधिक दडपण आणत असते. परिणामी, मनावरील ताण शरीरावर कधी उतरतो ते कळत नाही आणि अघटित घडून जाते. घरातील मुख्य कमावता माणूस गेल्यावर वारसांपुढे घरच्या कर्जाची रक्कम अंधारी आणते. एवढे कर्ज कसे आणि किती अवधीत फेडायचे? घर विकता येईल का? ज्या बँकेने किंवा वित्त संस्थेने कर्ज दिले आहे ती हे घर विकायला परवानगी देईल का? असे एक ना अनेक प्रश्न त्या घरातील वारसांपुढे उभे राहतात.

गृहकर्जाला विम्याचे कवच

(Home Loan Insurance Cover)

ज्या वेळी गृहकर्जासारखे मोठ्या रकमेचे कर्ज प्रदीर्घ कालावधीसाठी घ्यावे लागते त्या वेळी त्या कर्जदाराने त्या कर्जाच्या जोखमेइतके विमा संरक्षण स्वीकारणे हिताचे ठरते. गृहकर्ज परतफेडीच्या मुदतीत जर कर्जदाराचे

निधन झाले तर त्याच्या वारसांना घर विकावे न लागता विमा कंपनी त्या शिल्लक कर्जाची रक्कम गृहकर्ज देणाऱ्या वित्तीय संस्थेस किंवा बँकेस देते. त्यामुळे घरावर येणारी जप्ती टळते. गृहकर्जासाठी स्वीकारलेला हा विमा मुदतीच्या विमा टर्म इन्शुरन्स प्रकारातील असल्याने या विम्याचा हप्ता अल्प असतो. कर्जदाराचे वय, कर्जाची मुदत, आणि कर्जाची रक्कम हे तीन घटक गृहकर्जाच्या विमा हप्त्याची प्रीमियम आणि विमा संरक्षणाची रक्कम (सम एशुअर्ड) निश्चित करतात. या विमा प्रकारात कर्जदाराचे वाढत जाणारे वय आणि दर वर्षी कमी होत जाणाऱ्या कर्जाचे मुद्दलाचे प्रमाण लक्षात घेऊनच हा विमा हप्ता आकारलेला असतो. या प्रकारातील विमा योजना नफ्याशिवाय, कोणत्याही बोनस लाभाशिवाय असल्याने विमा हप्ता कमी असतो. गृहकर्जासाठी घेतलेल्या विमा योजना नफ्यासह न घेता नफ्याशिवायच घ्याव्यात. नफ्यासह घेतलेल्या विमा योजनांचे हप्ते खूप जास्त असल्याने गृहकर्जाच्या हप्त्यांच्या तणावामध्ये विमा हप्ते भर घालू शकतात.

आपले काही बरेवाईट झाले तर... या शक्यतेचा विचार करून गृहकर्जसाठीचा विमा उतरवून आपल्या कुटुंबीयांच्या माथ्यावरील कायमस्वरूपी गृहकर्जमुक्त निवाऱ्याची सोय करावी. ज्या वेळी गृहकर्जावर आधारित विमा हप्त्याची वाढ होते तेव्हा ही वाढ २० वर्षे, १५ वर्षे, आणि १० वर्षे मुदतीच्या गृहकर्जासाठी दरमहा अंदाजित अनुक्रमे २.५%, १.७५%, आणि १.२५% इतकीच असू शकते. पुढील उदाहरणावरून हे अधिक स्पष्ट होईल.

समजा, एका ३० वर्षे वय असलेल्या व्यक्तीने १०,००,००० रुपयांचे गृहकर्ज घेतले आहे. जर त्याने त्या गृहकर्ज परतफेडीची २० वर्षे मुदत घेतली असेल तर विमा संरक्षणाशिवाय त्यास द्यावा लागणारा समान मासिक हप्ता अंदाजे ९,३४६ रुपये असेल. पण, जर त्याने १०,००,००० रुपयांचे विमा संरक्षण स्वीकारले तर त्याचा मासिक विमा हप्ता २२१ रुपये असेल. त्यामुळे गृहकर्जाचा समान मासिक हप्ता विमा संरक्षणासह ९,५६७ रुपये असेल.

हेच जर त्याने त्या गृहकर्ज परतफेडीची १५ वर्षे मुदत घेतली असेल तर विमा संरक्षणाशिवाय त्यास द्यावा लागणारा समान मासिक हप्ता अंदाजे १०,४८० रुपये असेल. विमा संरक्षण स्वीकारले तर त्याचा मासिक विमा हप्ता १७९ रुपये असेल. त्यामुळे गृहकर्जाचा समान मासिक हप्ता विमा संरक्षणासह १०,६५९ रुपये असेल.

जर त्याने गृहकर्ज परतफेडीची १० वर्षे मुदत घेतली असेल तर विमा संरक्षणाशिवाय त्यास द्यावा लागणारा समान मासिक हप्ता अंदाजे १३,००० रुपये असेल. विमा संरक्षण स्वीकारले तर त्याचा मासिक विमा हप्ता १५० रुपये असेल. त्यामुळे गृहकर्जाचा समान मासिक हप्ता विमा संरक्षणासह १३,१५० रुपये असेल.

गृहकर्ज ज्या बँकेकडून किंवा वित्त संस्थेकडून ज्या वेळी घेतले जाते त्या वेळी त्या बँकेकडून किंवा वित्त संस्थेकडून विमा योजना कर्जदाराच्या गळ्यात मारण्याचा प्रयत्न होतो. अशा वेळी आपण स्वतः त्या योजनांची नीट माहिती घेऊन आपल्याला परवडणारी आणि कमीत कमी विमा हप्ता देय ठरणारी; परंतु संपूर्ण गृहकर्जाचा विमा संरक्षित करणारी योजना स्वीकारावी. केवळ गृहकर्जासाठी विमा संरक्षण घेण्यापेक्षा, हाच मुदतीचा विमा पुढे अधिकतम उपलब्ध अवधीपर्यंत स्वीकारल्यास गृहकर्जाच्या परतफेडीनंतरही अल्प विमा हप्त्यात चांगले विमा संरक्षण आपल्याला मिळते. सर्वात महत्त्वाचे म्हणजे या विमा योजनेची मुदत गृहकर्जाच्या मुदतीपेक्षा अधिक असल्याने विमा हप्ता कमी असू शकतो. अर्थात, हे विमेदाराच्या वयावर अवलंबून असते. हा विमा आयुर्विमा कंपन्यांकडे उपलब्ध असतो.

गृहधारक विमा योजना

(Householders Insurance)

सर्वसाधारण विमा योजनेंतर्गत गृहधारक विमा योजना येते. या योजनेत एकूण १० प्रकारचे विमा संरक्षणाचे कवच उपलब्ध केलेले आहेत. ज्या वेळी सहापेक्षा अधिक प्रकारचे विमा संरक्षण स्वीकारले जाते, तेव्हा विमा हप्त्यात २० टक्के सवलत दिली जाते. ज्या वेळी चारपेक्षा अधिक प्रकारचे; पण सहापेक्षा कमी प्रकारातील विमा संरक्षण स्वीकारले जाते तेव्हा विमा हप्त्यात १५ टक्के सवलत दिली जाते.

पहिल्या प्रकारात आगीच्या विम्याचा समावेश आहे. यात इमारत आणि त्यातील घटक संरक्षित असतात. आग लागल्यामुळे, शॉर्टसर्किटमुळे आग लागल्यास, वीज कोसळल्यामुळे, घरगुती स्वयंपाकाचा गॅस गळतीमुळे झालेल्या स्फोटामुळे, विमान इमारतीवर कोसळल्यामुळे, धरणीकंपामुळे, धरणी दुभंगल्यामुळे लागलेल्या आगीत किंवा झालेल्या नुकसानीचा समावेश या प्रकारात मोडतो. दुसरा प्रकार आहे घरफोडी आणि दरोड्याच्या विमा संरक्षणाचा. घरफोडी झाली किंवा घरावर दरोडा पडला किंवा घरात जबरी चोरी झाली असेल तर हे विमा संरक्षण उपयुक्त ठरते. अपघातामुळे किंवा अन्य दुर्घटनेमुळे दागदागिने-अलंकार किंवा अन्य किमती आणि मौल्यवान वस्तूंच्या होणाऱ्या नुकसानीच्या विमा संरक्षणाचा तिसरा प्रकार आहे. चौथ्या प्रकारात काचेच्या मौल्यवान आणि दुर्मीळ वस्तूंचा विमा उतरवता येतो. घरातील इलेक्ट्रिकल आणि यांत्रिकी उपकरणांची नादुरुस्ती किंवा खराबी यांचा विमा पाचव्या प्रकारात मोडतो. दूरदर्शन संच, व्हिडिओ प्लेअर, संगणक, लॅपटॉप, प्रिंटर इत्यादींची नादुरुस्ती, तसेच कायदेशीर जबाबदारी फक्त २५,००० रुपयांपर्यंत सहाव्या प्रकारात आली. तरीही, पहिल्या व दुसऱ्या प्रकारातील विमा संरक्षण यात लागू असते. सातव्या प्रकारात घरातील दुचाकी सायकल विमा संरक्षित असून त्याची मर्यादा १०,००० रुपयांपर्यंतच आहे. भारतात कुठेही प्रवासाला गेल्यावर अपघातामुळे किंवा चोरीमुळे किंवा अन्य कारणांमुळे सामानांची-बॅगांची चोरी-नुकसानी झाल्यास असणारे विमा संरक्षण आठव्या प्रकारात येते. वैयक्तिक अपघात विम्याचे संरक्षण नवव्या प्रकारात येते. या वैयक्तिक अपघात विम्याच्या प्रकारात अपघाती मृत्यू तसेच अपघातामुळे अवयवांची होणारी जायबंदी आणि अपघातामुळे झालेली उत्पन्नांची नुकसानभरपाई अधिकतम १००० रुपये प्रति आठवड्यास इत्यादी लाभ यात आहेत. दहाव्या आणि शेवटच्या प्रकारात पब्लिक लायेबिलिटी अन्वये त्रयस्थ पक्षाची, जनतेची जबाबदारी, तसेच घरातील नोकरांचा विमा यात संरक्षित असतो. या योजनेचे हप्ते वस्तू आणि सेवा करासहित आकारले जातात.

या उपरोक्त दहा प्रकारातील पहिले दोन आणि शेवटचे दोन विमे उतरवण्यास गृहकर्ज देणाऱ्या वित्त संस्था किंवा बँका कर्जदारास भाग पाडतात. यात कर्जदाराचे हित जोपासले असले तरीही सक्तीमुळे कर्जदार या बाबी जाणून घेत नाहीत. नेमकी आपत्कालीन परिस्थिती उद्‌भवली की याचे महत्त्व लक्षात येते. पण तोवर उशीर झालेला असतो. प्रत्येक गृहकर्जदाराने स्वत:ची आर्थिक आणि कौटुंबिक परिस्थिती आणि विद्यमान राहणीमान लक्षात घेऊन आवश्यक विम्यांचे संरक्षण घेतलेच पाहिजे.

■■■

बिल्डरकडून फसवणूक झाली तर...

अनेकदा घर ताब्यात मिळण्यासाठी प्रचंड विलंब होतो आणि बिल्डरने आपला शब्द पाळला नाही तर होणाऱ्या विलंबाचे परिणाम, आर्थिक नुकसान हे निरपराध फ्लॅटधारकांना आजवर सहन करावे लागले आहे. त्यांचे हक्क आणि हितसंबंध सुरक्षित राहावे हा प्रमुख हेतू रेरा कायदा आणण्यामागे होता. रेरा म्हणजेच रियल इस्टेट (रेग्युलेशन अँड डेव्हलपमेंट) अ‍ॅक्ट, २०१६ ची १ मे २०१७ रोजी अंमलबजावणी झाली.

रेरा कायदा आणि तरतुदी

जे लोक आपली आयुष्यभराची पुंजी साठवून घरे / फ्लॅट विकत घेतात, त्यांना बहुसंख्य बिल्डर्सकडून घराच्या नावाखाली अनेक वेळा पोकळ आश्वासने देऊन फसवलेले आहे. अनेकदा घर ताब्यात मिळण्यासाठी प्रचंड विलंब होतो आणि बिल्डरने आपला शब्द पाळला नाही तर होणाऱ्या विलंबाचे परिणाम, आर्थिक नुकसान हे निरपराध फ्लॅटधारकांना आजवर सहन करावे लागले आहे. त्यांचे हक्क आणि हितसंबंध सुरक्षित राहावे हा प्रमुख हेतू रेरा कायदा आणण्यामागे होता. रेरा म्हणजेच रियल इस्टेट (रेग्युलेशन अँड डेव्हलपमेंट) अ‍ॅक्ट, २०१६ ची १ मे २०१७ रोजी अंमलबजावणी झाली. ज्या गृहबांधणी प्रकल्पाचे काम ५०० स्क्वेअर फुटापेक्षा जास्त आहे, आणि प्रकल्पामधल्या घरांची संख्या आठपेक्षा जास्त आहे अशा प्रत्येक प्रकल्पाला रेरा कायदा लागू आहे. बरेच बिल्डर एका प्रकल्पाच्या नावाखाली पैसे घेऊन ते पैसे दुसऱ्या प्रकल्पामध्ये गुंतवत असत. स्वतःच्या खासगी आणि इतर कामांसाठी वापरत, अशा वेळी प्रकल्प रखडल्यानंतर त्याचा त्रास निष्कारण फ्लॅटधारकांना होतो. अनेकांच्या पगारातून भाड्याच्या घराचे पैसे आणि बँकेचे हप्ते एकाच वेळी सुरू असतात.

महाराष्ट्रात रियल इस्टेट अ‍ॅक्ट २०१६ या कायद्यान्वये महारेराची स्थापना करण्यात आलेली आहे.

- या महारेराअंतर्गत जी नियामक (Regulatory body/ authority) निर्माण करण्यात आली तिच्या अंतर्गत महाराष्ट्रात चालू असलेल्या प्रत्येक गृहप्रकल्पाने स्वतःची नोंदणी करून घेणे सक्तीचे आहे.

- जे प्रकल्प सध्या चालू आहेत किंवा पूर्ण झालेले आहेत; पण त्यांना इमारत पूर्णत्वाचा दाखला (Completion Certificate) अथवा भोगवटा प्रमाणपत्र (Occupancy Certificate) मिळालेले नाही, अशा प्रकल्पांनीसुद्धा स्वत:ची नोंदणी महारेराअंतर्गत करून घेणे आवश्यक आहे.
- सदर नोंदणी करताना त्या-त्या गृहनिर्माण प्रकल्पाच्या प्रमोटरने / बिल्डरने नोंदणी करण्यात आलेल्या प्रकल्पाची सद्य:स्थिती, प्रकल्प कधी पूर्ण होणार या संदर्भातील वेळ आणि तारखा, बिल्डरची फर्म, कंपनी या संदर्भातील माहिती अशा अनेक बाबींची माहिती महारेराला देणे बंधनकारक आहे. जर महारेराबरोबर नोंदणी झाली नसेल तर त्या प्रकल्पाची मार्केटमध्ये जाहिरात करता येणार नाही.
- एकदा का गृहनिर्माण प्रकल्पाची नोंदणी महारेराबरोबर झाली त्यानंतर त्या प्रकल्पाची प्रगती काय आहे, ती बिल्डरला / प्रमोटरला महारेराच्या अधिकृत संकेतस्थळावर दर वेळी अपडेट करावी लागते. जे काही बांधकामासंबंधित अहवाल आणि सबमिशन असेल ते बिल्डरला महारेराच्या अधिकृत संकेतस्थळावर जाहीर करावे लागते किंवा करणे बंधनकारक आहे.
- रेरामधील एक महत्त्वाची तरतूद अशी आहे की, बिल्डर आणि फ्लॅट होल्डर यांच्यामध्ये जर वाद उत्पन्न झाला; आणि त्यासाठी उद्या कायदेशीर लढा देण्याची वेळ आली तर दिवाणी खटले चालवायला लागणारा वेळ लक्षात घेता रेराच्या अंतर्गत स्वतंत्र प्राधिकरणाची स्थापना करण्यात आलेली आहे.
- जर तुम्ही विकत घेतलेल्या कुठल्याही घराबद्दल वाद निर्माण झाला तर दिवाणी कोर्टात न जाता तुम्ही सरळ महाराष्ट्र स्थावर संपदा नियामक प्राधिकरण (Maharashtra Real Estate Regulatory Authority) यांच्याकडे मदत मागू शकता, तुमचे म्हणणे मांडू शकता. सदर प्राधिकरणालाही फ्लॅटधारक तसेच बांधकाम कंपनीमध्ये गुंतवणूक केलेले भागधारक (शेअर होल्डर्स) म्हणून न्यायहक्कांची जपणूक करण्यासाठी तसे अधिकार कायद्याने देण्यात आले आहेत.
- प्राधिकरणाकडे आलेल्या तक्रारींचे निवारण त्यांनी ६० दिवसांच्या आत करणे बंधनकारक आहे.
- रेराचे आणखी एक वैशिष्ट्य म्हणजे प्राधिकरणाने दिलेल्या निकालाने फ्लॅटधारक किंवा बिल्डर समाधानी नसतील तर ते अपील करू शकतात. आणि अपील करण्यासाठी देखील रेराच्या अंतर्गत Real Estate Appellate Authority (RETAA) ची स्थापना करण्यात आलेली आहे.
- यामध्ये एक महत्त्वाची गोष्ट अशी आहे की, जो गृहप्रकल्प रेराअंतर्गत नोंदणी करण्यात आलेला आहे, अशाच गृहप्रकल्पाबाबत प्राधिकरणाकडे तक्रार दाखल होऊ शकते. जे प्रकल्प रेराअंतर्गत येत नाहीत, त्यांना रेराचे संरक्षण नाही.
- ज्याला कुणाला रेरा प्राधिकरणाचा निर्णय पटला नाही, तो RETAA कडे अपील दाखल करू शकतो. जर तिथल्या निर्णयानेही समाधान झाले नाही, तर मात्र उच्च न्यायालयात अपील करण्याची तरतूद या कायद्यामध्ये केलेली आहे.
- रेरा ज्या कारणासाठी अस्तित्वात आला त्या संदर्भातली महत्त्वाची तरतूद म्हणजे, ज्या प्रकल्पासाठी बिल्डरने पैसे घेतले असतील त्याच प्रकल्पात ते पैसे बिल्डरने वेगळे खाते (एस्क्रो अकाउंट) उघडून त्या प्रकल्पासाठीच राखीव ठेवले पाहिजेत.

- ७०% निधी त्या-त्या खात्यात, त्या-त्या प्रकल्पासाठी बिल्डरने / प्रमोटरने ठेवला पाहिजे अशी अट रेरा ठेवतो. ते राखीव पैसे त्या प्रकल्पाव्यतिरिक्त दुसऱ्या प्रकल्पासाठी अथवा स्वत:च्या व्यक्तिगत कारणासाठी बिल्डरला कधीच वापरता येणार नाहीत.

आता गृहप्रकल्पाची जाहिरात करताना बिल्डरला फ्लॅटचे चटई क्षेत्र (कार्पेट एरिया) किती आहे, ते जाहीर करणे बंधनकारक आहे. रेरा घर खरेदीदारांसाठी एक प्रमाणित विक्री कराराचा नमुनाच सादर करत असतो. सर्वसामान्यपणे बिल्डरतर्फे असे विक्री करार बनवले जातात, की ज्यात पूर्णपणे बिल्डरच्या फायद्याचा विचार केलेला असायचा. त्यात फ्लॅटधारकाला खूप कमी किंवा कसलेच अधिकार दिलेले नसायचे. अशा करारांत बिल्डरची जबाबदारी एक तर खूप कमी ठेवलेली असायची किंवा अजिबात ठेवलेली नसायची. त्यामुळे जर काही झालेच, तर जे दोषी बिल्डर्स असतात, ते अशा एकांगी करारांचा आधार घेऊन कायद्याच्या कचाट्यातून सहजपणे सुटू शकत होते. त्यामुळे प्रमाणित विक्री कराराचा नमुनाच (Standard Sale Agreement) फ्लॅटधारकाला मनस्ताप टाळण्यास मदत करू शकते. कायद्याप्रमाणे बिल्डरने प्रकल्पाची नोंदणी न केल्यास प्रकल्पाच्या अंदाजित किमतीच्या / खर्चाच्या १० टक्केपर्यंतचा दंड आकारला जाऊ शकतो. तसेच या कायद्यातील तरतुदींचा सतत भंग करत राहिल्यास तीन वर्षांपर्यंतचा कारावास किंवा प्रकल्प खर्चाच्या १० टक्के एवढा अधिकचा दंड किंवा दोन्ही, अशा स्वरूपाच्या शिक्षेची तरतूद केलेली आहे. बिल्डरला आपल्या प्रकल्पामध्ये कुठलाही मोठा बदल हा दोन-तृतीयांश फ्लॅटधारकांच्या संमतीनंतरच करता येईल. तसेच ज्या जागेवर गृहप्रकल्प बांधला जात आहे, त्या जागेचे हक्क (टायटल) स्वच्छ आणि जोखीममुक्त असल्याची जबाबदारीसुद्धा बिल्डरची / प्रमोटरची राहील.

महारेराचे सांकेतिक स्थळ आणि तक्रार निवारण

- महारेराचे सांकेतिक स्थळ प्रत्येक घरखरेदी इच्छुकाने सातत्याने बघणे आवश्यक ठरते. सर्व नोंदणीकृत गृहनिर्माण प्रकल्पांची माहिती या संकेतस्थळावर उपलब्ध असते.
- आपल्याला ज्या विभागात, जिल्हा-तालुक्यासह घर घ्यायचे आहे, त्याची निवड केल्यावर त्याच विभागातील सर्व नोंदणीकृत प्रकल्पांची यादी मिळते. त्यापैकी ज्या प्रकल्पात घर घ्यायचे आहे, त्यावर क्लिक केले की त्या प्रकल्पाची माहिती मिळते.
- त्यात जो बिल्डर-विकासक असेल त्याची माहिती येते. ज्यात त्याने आजवर केलेल्या सर्व प्रकल्पांचा उल्लेख, त्यातील घरांचा ताबा कधी द्यायचा होता आणि प्रत्यक्षात कधी दिला, याची तारीखवार माहिती असते. जर उशीर केला असेल तर त्याची कारणेसुद्धा नमूद केलेली असतात.
- त्यानंतर विद्यमान प्रकल्पातील वाहनतळ (पार्किंग) आणि इतर सामायिक सोयीसुविधा काय आहेत, आणि त्यांची कामे कुठपर्यंत आली आहेत, याबाबत सविस्तर माहिती दिलेली असते.
- त्यानंतर त्या प्रकल्पातील एकूण इमारतींची संख्या, सदनिकांची संख्या आणि प्रकार उदाहरणार्थ, तीन खोल्यांची की चार खोल्यांची वगैरे, त्या सदनिकांचे प्रकारानुसार असलेले चटई क्षेत्र, आतापर्यंत ज्या सदनिकांचे बुकिंग झाले त्यांची संख्या, तसेच प्रकल्पातील प्रत्येक इमारतीचे बांधकाम किती पूर्णत्वास आले आहे किंवा प्रगतिशील आहे. यात एकूण स्लॅब्ज किती पूर्ण झाले आहेत, खोल्यांच्या भिंतीच्या कामातील प्रगती, संडास-न्हाणीघराच्या बांधकामाची प्रगती या आणि अशा अनेक माहितीचा उपयोग घर-इच्छुकाने करून घेऊन आपल्या स्वप्नातले घर निवडले पाहिजे.

- जर एखाद्या प्रकल्पात जमिनीबाबत किंवा प्रकल्पाबाबत काही वादविवाद किंवा न्यायालयीन खटले चालू असतील तर त्याचीसुद्धा माहिती या संकेतस्थळावर मिळते.
- प्रकल्पातील आवश्यक परवानग्या, टायटल रिपोर्ट, मंजूर केलेले आराखडे-नकाशे, बांधकाम सुरू करण्यासाठी स्थानीय स्वराज्य संस्थेने महानगरपालिका, नगर परिषदा वगैरेनी दिलेली परवानगी, विकासकाने वित्त संस्थांकडून कर्ज घेताना हा प्रकल्प तारण ठेवला असेल तर त्याचीसुद्धा माहिती सहजपणे उपलब्ध होत असते. एवढेच नव्हे, तर सदनिका विक्री कराराचा नमुनासुद्धा दिलेला असतो.
- रेराचा असलेला नमुना विक्री कराराचा मसुदा आणि विकासकाचा मसुदा यात फार मोठी तफावत आढळल्यास त्वरित त्या विकासक बिल्डरकडे याबाबत स्पष्टपणे विचारणा करावी. जोपर्यंत समाधानकारक उत्तरे मिळत नाहीत तोपर्यंत घरखरेदीचा निर्णय स्थगित ठेवणे हिताचे ठरते.
- रेरामधील नवीन तरतुदींमुळे चटई क्षेत्रफळ आणि प्रत्यक्षातील क्षेत्रफळ यात तीन टक्क्यांपेक्षा अधिक तफावत आढळली तर त्या विकासकाला त्याची नुकसानभरपाई घरखरेदीदाराला देणे बंधकारक आहे.
- करारात नमूद केलेल्या तारखेला घराचा ताबा मिळाला नाही तर घरखरेदी करणाऱ्या ग्राहकापुढे दोन पर्याय असतात : पहिल्या पर्यायात त्या घराचे भरलेले सर्व पैसे तो परत मागू शकतो किंवा दुसऱ्या पर्यायात ताबा देण्यात विलंब झालेल्या अवधीसाठी व्याज आणि नुकसानभरपाई मागण्याचा अधिकार कायद्याने ग्राहकांना दिलेला आहे. तसेच घराचा ताबा दिल्यावर पाच वर्षांत काही बांधकामात किंवा इमारतीच्या रचनेत दोष किंवा त्रुटी आढळल्यास त्याची नीट दुरुस्ती करून देणे कायद्याने विकासकाला बंधनकारक केले आहे.
- मालकीहक्कांबद्दल जर काही दोष किंवा त्रुटी आढळल्यास किंवा त्याबाबत वाद निर्माण झाल्यास भविष्यात त्याची जबाबदारी त्या विकासकाची असणार आणि त्यासाठी कोणतीही कालमर्यादा ठेवलेली नसल्याने तो विकासक (बिल्डर) हात वर करू शकणार नाहीत.

ग्राहकाला आजपर्यंत विकासकाबाबत तक्रार करताना ग्राहक न्यायालये, दिवाणी न्यायालये, फौजदारी न्यायालये अशा टप्याटप्याने दाद मागावी लागत होती. यात कालापव्यय भरपूर होताच; परंतु खर्चीकही होता. आता या रेरा कायद्यामुळे ही प्रक्रियासुद्धा सुलभ केली आहे. द्विस्तरीय तक्रार निवारण प्रक्रियेत प्राधिकरणाकडे ऑनलाईन तक्रार ५,००० रुपये शुल्क भरून करायची आहे.

प्राधिकरणाने दिलेला निकाल जर विकासकाच्या विरोधात गेला असेल, आणि त्यात दंड ठोठावला असेल, तर त्या दंड रकमेच्या ३० टक्के रक्कम आधी प्राधिकरणाकडे जमा करूनच विकासकाला अपिलात जाता येणार आहे. जर ग्राहकाच्या विरोधात गेल्यास असे अपील करावयाचे कोणतेही बंधन नाही.

विकासकाने रेरा कायद्याचा भंग केला असेल तर प्रकल्प खर्चाच्या किमान पाच ते दहा टक्के खर्च दंड म्हणून भरावा लागतो.

इस्टेट एजंटनेसुद्धा कायदेभंग केला असेल तर त्या व्यवहार केलेल्या सदनिकेच्या एकूण खर्चाच्या पाच ते दहा टक्के दंड आहे. इस्टेट एजंटनासुद्धा या रेरा कायद्यांतर्गत आणल्यामुळे स्थावर क्षेत्रात आजवर माजलेली बजबजपुरी अस्तंगत होत आहे.

■■■

बँकांच्या कर्जाचे प्रकार

बँकेद्वारे उद्योगधंद्यांना अर्थसाहाय्य केले जाते, तसेच बँक व्यक्तिगत आणि घरासाठी कर्जे देते. बँक चार प्रकारे अर्थसाहाय्य (कर्ज) देते. ठरावीक मुदतीसाठी व्याजासह कर्जाऊ दिलेली रक्कम कर्जदाराला बँकेने ठरवून दिलेल्या हप्त्यांमध्ये द्यावी लागते. ही कर्जे अल्प, मध्यम व दीर्घ मुदतीसाठी असू शकतात.

पंधरा महिन्यांसाठी देण्यात येणारी कर्जे अल्प मुदतीची ठरतात, तर १६ महिने ते ६० महिने मुदत मध्यम मुदतीच्या कर्जासाठी असते. दीर्घ कालावधीची कर्जे ६० महिन्यांवरील कालावधीसाठी असतात.

ओव्हरड्राफ्ट हा कर्जाचा दुसरा प्रकार आहे. यात चालू खातेधारक (करंट अकाऊंट) किंवा बचत खातेधारक (सेव्हिंग अकाऊंट) त्याच्या खात्यावर जमा असलेल्या रकमेपेक्षा अधिक रक्कम काढण्याची सुविधा बँकेकडून मिळवतो. ही जास्त रक्कम बँकेकडून घेतल्याच्या तारखेपासून बँकेला रक्कम परत करेपर्यंतच्या तारखेपर्यंतच्या कालावधीचे व्याज बँकेस द्यावे लागते. वचननामा (प्रॉमिसरी नोट) व गरज भासल्यास मुदत ठेवी, रोखे इत्यादी साधने तारण ठेवून बँक ही सुविधा देते. ही सुविधा देताना खातेधारकाची पत आणि व्यवसाय याचाही विचार बँक करते.

तिसरा प्रकार आहे 'कॅश क्रेडिट'चा. यात कर्जाची परतफेड ठरावीक मुदतीत करायची नसते; पण बँक ज्या क्षणी पैसे मागेल त्या क्षणी बँकेकडून उचललेली रक्कम परत करावी लागते. मोठ्या शहरांमध्ये कॅश क्रेडिटसाठी मुदत ठरवून दिली जाते. नंतर नूतनीकरणातून ही मुदत वाढवून देण्याची बँकांची पद्धत आहे. कॅश क्रेडिटमध्ये ठरावीक रकमेची मर्यादा घालून बँक कर्जदाराला चेकद्वारा रकमा देण्याचा व्यवहार करण्यास सांगते. कर्जदाराने रोजच्या व्यावसायिक उलाढालीतून येणारे उत्पन्न या खात्यात जमा करायचे असते. कर्जदाराला मंजूर केलेल्या मर्यादित रकमेसाठी दोन जामीनदारांसह प्रत्यक्ष तयार माल किंवा कच्चा माल तारण ठेवावा लागतो. या कॅश क्रेडिट खात्यावरील व्याजाची आकारणी रोजच्या रोज होत असते.

चौथा प्रकार आहे भाडेकरार पद्धतीच्या (हायर पर्चेस) कर्जाचा. कोणतेही वाहन, ग्राहकोपयोगी इलेक्ट्रिकल व इलेक्ट्रॉनिक वस्तू, मशिनरी खरेदी करताना बँक कर्ज देते. पण हे कर्ज फिटेपर्यंत या वस्तूंवर त्या बँकेची मालकी असते. व्याजासह कर्जाची परतफेड झाली की वस्तू कर्जदाराच्या नावावर बँक करून देते.

शेतीसाठी व शेतीपूरक व्यवसायांना अर्थसाहाय्य करण्याचे काम भूविकास बँका, जिल्हा मध्यवर्ती सहकारी बँका, राष्ट्रीयीकृत बँका व व्यापारी (पण शेड्युल्ड) बँका विशेषत: करतात. शेत, जमीन किंवा पीक यांचे आवश्यकतेनुसार तारण घेऊन या बँका कर्जे देतात. व्याजावर व्याज न घेता कर्जाची फेड करतानाच एकदम व्याज घेतले जाते. नैसर्गिक आपत्ती (पूर, दुष्काळ वगैरे) किंवा शारीरिक असमर्थततेपायी ही कर्जे अल्प मुदतीवरून दीर्घ मुदतीत बदलता येतात.

■■■

वैयक्तिक कर्जे

काही वेळा आपल्याला पैशांची निकड भासते आणि मित्र-नातेवाईकसुद्धा मदत करू शकत नाहीत, हे लक्षात आल्यावर बँकेकडून किंवा वित्तसंस्थेकडून वैयक्तिक कर्ज (पर्सनल लोन) घेण्याचा पर्याय स्वीकारावा लागतो.

वैयक्तिक कर्जासाठी बँका जामीनदारांची मागणी करत नसल्याने आणि कमीत कमी कागदपत्रांच्या साहाय्याने हे 'वैयक्तिक कर्ज' सुलभ झाले आहे. कर्जासाठी अर्ज केल्यावर तीन ते सात दिवसांत हे कर्ज हातात येत असल्याने आणि कर्जाचे कारण द्यावे लागत नसल्याने कर्जदाराची नेमकी निकड भागते.

हे कर्ज असुरक्षित (अनसिक्युअर्ड) प्रकारात गणले जात असल्याने कर्जदाराची चांगली आर्थिक परिस्थिती, नोकरी-व्यवसायातील स्थिरता आणि कर्जफेडीची क्षमता अजमावून हे कर्ज मंजूर केले जाते. काही बँका मात्र किमान एक जामीनदाराची मागणी करतात, तर काही बँका आनुषंगिक ताण (कोलॅटरल सिक्युरिटी) म्हणून जीवन विमा पॉलिसी, राष्ट्रीय बचत प्रमाणपत्रे (एनएससी) तारण मागतात.

वैयक्तिक कर्जे साधारणत: पंधरा हजार रुपयांपासून ते दहा लाखांपर्यंत विविध बँकांनी देऊ केली आहेत. कर्जफेडीसाठी जास्तीत जास्त ६० महिन्यांची मुदत उपलब्ध होते. ही कर्जे २५ ते ६० वयोगटातील व्यक्तींना, जर त्यांचे किमान वार्षिक उत्पन्न ६०,००० रुपयांहून अधिक असेल, तरच कर्जफेडीची क्षमता तपासून कर्जाची रक्कम निश्चित केली जाते.

कर्जाचे कारण मागणाऱ्या आणि त्याबाबतचा पुरावा सादर करावा लागणाऱ्या कर्जयोजना काही बँका योग्य तऱ्हेने ग्राहकलक्ष्यी व ग्राहकहित लक्षात घेऊन राबवतात. ज्या बँका कर्जाचे कारण व पुरावे मागत नाहीत, अशा बँकांचे व्याजदर चढे असतातच; पण 'ग्राहकहित' त्या कर्ज-करारात कुठेही आढळत नाही. अशा वेळी ग्राहकांनी कर्जाचा अर्ज भरण्याआधी कर्ज-करारातील अटी-बंधनांची माहिती समजून घेणे हिताचे ठरते.

नोकरी करणाऱ्यांनी त्यांच्या मागील महिन्याची पगाराची स्लीप आणि मागील आर्थिक वर्षाचा अर्ज क्रमांक १६ किंवा आयकर विवरणपत्राची प्रत अर्जासोबत द्यावी लागते. तसेच, आयकराच्या पॅन कार्डाची झेरॉक्ससह ड्रायव्हिंग परवान्याची झेरॉक्स किंवा पासपोर्टची झेरॉक्स किंवा मतदान ओळखपत्राची झेरॉक्स, इलेक्ट्रिक बिल किंवा शिधापत्रिकेची झेरॉक्ससुद्धा सादर कराव्या लागतात.

स्वयंरोजगार असलेले किंवा व्यावसायिक यांना मागील दोन वर्षांची आयकर विवरणपत्रे ताळेबंदाच्या प्रतीसह व नफा-तोटा पत्रकासह उपरोल्लेखित कागदपत्रे जोडावी लागतात. तसेच, सहा महिन्यांची बँक स्टेटमेंट्सही दाखवावी लागतात. या कर्जावरही प्रक्रिया शुल्क आणि प्रशासकीय शुल्क आकारले जाते. कर्जावरील व्याजदर १३ टक्क्यांपासून १८ टक्क्यांपर्यंत आकारला जातो. कर्जाचे हप्ते थकले तर आकारले जाणारे दंडव्याजही चढ्या दराचे असते. काही बँका सुधारित व्याजदर लागू करण्याचे कलम कर्ज-करारात देतात. परंतु व्याजदर कमी झाले तर ते कमी झालेले दर लागू करत नाहीत.

कर्जाचे कारण मागणाऱ्या आणि त्याबाबतचा पुरावा सादर करावा लागणाऱ्या कर्जयोजना काही बँका योग्य तऱ्हेने ग्राहकलक्ष्यी व ग्राहकहित लक्षात घेऊन राबवतात. ज्या बँका कर्जाचे कारण व पुरावे मागत नाहीत, अशा बँकांचे व्याजदर चढे असतातच; पण 'ग्राहकहित' त्या कर्ज-करारात कुठेही आढळत नाही. अशा वेळी ग्राहकांनी कर्जाचा अर्ज भरण्याआधी कर्ज-करारातील अटी-बंधनांची माहिती समजून घेणे हिताचे ठरते.

हल्ली वैयक्तिक कर्जे मिळवून देण्यासाठी प्रत्यक्ष विक्री प्रतिनिधी – डीएसए (डायरेक्ट सेलिंग एजंट) कर्ज-इच्छुकांच्या संपर्कात येतात. अशा वेळी त्यांच्याकडून त्या वित्तसंस्थेची किंवा बँकेची कर्जयोजना नीट समजावून घेऊन कर्ज घेण्याचा निर्णय घ्यावा. छुपे शुल्क किंवा छुपे दंडआकार असल्यास तशी स्पष्ट विचारणा करावी. कमीत कमी कागदपत्रांची मागणी करून वैयक्तिक कर्जे लवकरात लवकर देण्यासाठी विविध बँकांमधील सुरू असलेल्या स्पर्धेचा कर्ज-इच्छुकांनी उपयोग करून घेतला पाहिजे. कर्जाच्या हप्त्यांचे पुढील तारीख घातलेले धनादेश (चेक) बँकांना देताना त्यांची नीट नोंद करून ठेवावी. मूळ कागदपत्रे बँकेकडे तारण ठेवताना त्यांची नीट नोंद करून ठेवावी. मूळ कागदपत्रे बँकेकडे तारण ठेवताना त्या कागदपत्रांच्या झेरॉक्स प्रती आपल्याकडे सांभाळून ठेवाव्यात. क्रेडिट कार्डावर बरेच जण रोख रकमेचे कर्ज घेतात. त्याऐवजी वैयक्तिक कर्ज काढले तर ते कर्ज स्वस्त दराने उपलब्ध होते. क्रेडिट कार्डावरील रोख रकमेची उचल मासिक २.५ टक्के व ४ टक्के व्याजदराने उपलब्ध झालेली असते, परंतु वैयक्तिक कर्ज वार्षिक १३ ते १८ टक्के दराने उपलब्ध होत असते. त्यामुळे मासिक व्याजाचा दर १ ते १.५० टक्के दरम्यान येतो. तसेच, वैयक्तिक कर्जावरील व्याज हे कमी होत जाणाऱ्या शिल्लक रकमेवर (रिड्युसिंग बॅलन्स) असते.

आकस्मिक गरजेच्या वेळी उपलब्ध होणारे हे अर्थसाहाय्य कर्जदाराला मोठा 'अर्थाधार' देते यात शंकाच नाही.

■■■

बँकांची ग्राहककर्जे

एकाच कंपनीला काही कोटी रुपये कर्ज देण्याची जोखीम स्वीकारण्यापेक्षा काही हजार लोकांमध्ये हेच रुपये कर्जाऊ वाटल्यास बँकेच्या जोखमीच्या प्रमाणात विभाजन होते. त्यातून पगारदार कर्जदार निवडल्याने कर्ज बुडवण्याचे प्रमाण फारच कमी असते. बहुसंख्य वेळा पगारातूनच परस्पर कर्जाचे हप्ते दरमहा कापून घेण्याची सुविधा असल्याने बँकांना किंवा वित्तसंस्थांना ही कर्जे सुरक्षित आणि खातरीची वाटतात.

भारतातील वाढती लोकसंख्या बघता बँकांना ग्राहककर्जे (कन्झ्युमर लोन्स) देण्याची बाजारपेठच उपलब्ध झाली आहे. घराच्या नूतनीकरणाचे निमित्त असो वा कॉम्प्युटर खरेदी वा शिक्षण, लग्न, विदेशवारी, पर्यटन अशा अनेक कारणांसाठी २५ हजार रुपयांपासून ते दहा लाख रुपयांपर्यंतची रक्कम व्यक्तिगत स्वरूपाचे कर्ज म्हणून बँका स्वखुषीने देऊ शकत आहेत. बँकाबँकांत कर्जावरील व्याजदरात असणारे तुलनात्मक फरक या कर्जयोजनांत स्पर्धा निर्माण करत असतात. ग्राहकर्जांच्या (कझ्युमर लोन) परतफेडीची मुदत कमीत कमी तीन वर्षे असून जास्तीत जास्त पाच वर्षांची असते. ही कर्जे देताना प्रक्रिया शुल्क म्हणून (किंवा सेवाशुल्क) कर्जरकमेच्या किमान दोन टक्के तरी रक्कम आकारली जाते. काही बँका कर्जस्पर्धेत चुरस आणण्यासाठी प्रक्रिया शुल्क माफ करून ती रक्कम कर्जाच्या हप्त्यांतून हुशारीने वळती करून घेतात; तर काही बँका हप्ता वेळेवर भरला नाही तर जादा दंडआकार लावून एक प्रकारे माफ केलेल्या प्रक्रिया शुल्काची दुप्पट दराने वसुली करतात.

आज विभक्त कुटुंब पद्धतीमुळे ग्राहकोपयोगी वस्तूंच्या खरेदीत वाढ झाली आहे. ही वाढ बघून विविध कंपन्यांमध्ये या वस्तू खपवण्यासाठी स्पर्धा सुरू झाली आहे. या कंपन्यांनी काही वित्तसंस्थांना किंवा बँकांना हाताशी धरून चक्क शून्य टक्के व्याजदरापासून ते आठ-नऊ टक्केपर्यंत व्याजदर आकारून ग्राहकांना आकर्षित करण्यास सुरुवात केली आहे. त्यामुळे कंपन्यांकडूनही आर्थिक फायदा स्वीकारताना

बँकांना चांगली प्रत (क्रेडिट) असलेले कर्जदार उपलब्ध झाल्याने बँकांच्या व्यवसायाबरोबर कंपन्यांच्या मालाचीही विक्री सुलभतेने होत असते.

ग्राहककर्ज घेताना कर्जाच्या अर्जासह पगारपत्रक (सॅलरी स्लीप) आणि नोकरीचे प्रमाणपत्र जोडावे लागते. नियमित आयकर भरून दर वर्षी आयकर विवरणपत्रे सादर करणारे व्यावसायिक किंवा स्वयंरोजगार असलेल्यांनाही हे कर्ज सहजतेने मिळते.

फ्रीज, धुलाई यंत्र, दूरदर्शन संच इत्यादींसारख्या गृहोपयोगी वस्तूंसाठी कर्ज घेतल्यास कर्जाच्या रकमेनुसार कर्जफेडीची मुदत अवलंबून असते. दोनचाकी वाहन खरेदीसाठीच्या कर्जाची मुदत चार वर्षे असून, चारचाकी वाहनांसाठीच्या कर्जाची मुदत पाच वर्षे आहे.

ग्राहकोपयोगी वस्तूंच्या खरेदीसाठी कर्ज स्वीकारताना कर्जाची रक्कम ५० हजार रुपयांपर्यंत मर्यादित असेल तर कर्जदाराला किमान १० टक्के हिस्सा (मार्जिन मनी) स्वीकारून तेवढी रक्कम बँकेकडे भरावी लागते. ५० हजार रुपयांवरील कर्जरकमेसाठी कर्जदाराला किमान १५ टक्के हिस्सा स्वीकारून तेवढी रक्कम बँकेकडे भरावी लागते. बँकेकडे कर्जाच्या अर्जाबरोबर पगारपत्रक, नोकरीचे प्रमाणपत्र, जामीनदार आवश्यक असेल तर त्याचे पगारपत्रक व हमीपत्र जोडून जी वस्तू, ज्या दुकानातून खरेदी करणार असाल, त्या वस्तूच्या वर्णनासह किमतीचे पत्र (प्रोफॉर्मा इन्व्हॉइस) सोबत द्यावे लागते.

कर्ज मंजूर झाल्यानंतर कर्जदाराच्या हिश्शासह त्या वस्तूंची एकत्रित किंमत असलेला धनादेश बँक विक्रेत्याच्या नावाने देते. त्याच वेळी कर्जाची संपूर्ण फेड होईपर्यंत त्या वस्तूची विक्री अन्य कोणालाही करणार नसल्याचा वचननामा कर्जदाराकडून बँक सही करून घेते. बहुसंख्य बँका हे कर्ज नियत कालावधीआधी फेडल्यास कर्जावरील व्याजदरात एखाद्या टक्क्याची सवलत देतात.

जोपर्यंत कर्जाची परतफेड होत नाही तोपर्यंत त्या वस्तूवर बँकेचा कायदेशीर ताबा असतो आणि कर्जदार त्या वस्तूचा उपभोक्ता असतो. या कर्जांना भाडेकरार पद्धतीचे (हायर पर्चेस) कर्ज म्हटले जाते.

वस्तू	**कर्जाची रक्कम (रुपये)**	**कर्जफेडीची अधिकतम मुदत (वर्षे)**
दूरदर्शन संच, फ्रिज, धुलाई यंत्र, व्हॅक्यूम क्लिनर, टेपरेकॉर्डर, व्हिडिओ कॅसेट रेकॉर्डर प्लेअर, साऊंड सिस्टिम, मायक्रोवेव्ह	२५,००० पर्यंत ५०,००० पर्यंत ५०,००० पेक्षा अधिक परंतु एक लाखपेक्षा कमी	३ ४ ५
स्कूटर, मोटरसायकल, रिक्षा	५०,००० पेक्षा अधिक	४
चारचाकी कोणतेही वाहन	५०,००० पेक्षा अधिक	५

■■■

वाहनकर्ज हवे तर...

वाहनखरेदीसाठी बाजारपेठेत तीन प्रकारचे अर्थसाहाय्य केले जाते : कर्ज, भाडेतत्त्वावर (हायर पर्चेस) व तारणावर (लीज). अशा तीन प्रकारात हे अर्थसाहाय्य असते. वित्तीय संस्थांमध्ये या तीन प्रकारांत थोडा फरकही आढळतो.

वाहनकर्जासाठी वाहन निर्मितीतील सर्व कंपन्या विविध वित्तीय संस्थांच्या मदतीने ग्राहकांना भुरळ पाडत आहेत. बँकासुद्धा त्यांच्याकडील वाहनकर्जाची योजना हिरिरीने राबवत आहेत. त्यासाठी त्यांनी विविध योजना जाहीर केल्या आहेत. भारतीय वाहन बाजारपेठ अधिकाधिक विकसित करण्यासाठी वाहनखरेदीवर कर्जाच्या सोयीसह विविध भेटवस्तूंची रेलचेल बघून ग्राहक बाजारखरेदीसाठी उत्सुक बनला तर नवल वाटायला नको. वाहनखरेदीसाठी बाजारपेठेत तीन प्रकारचे अर्थसाहाय्य केले जाते : कर्ज, भाडेतत्त्वावर (हायर पर्चेस) व तारणावर (लीज). अशा तीन प्रकारात हे अर्थसाहाय्य असते. वित्तीय संस्थांमध्ये या तीन प्रकारांत थोडा फरकही आढळतो.

कर्जामध्ये आनुषंगिक सुरक्षा (सिक्युरिटी) म्हणून वाहनकर्ज देणाऱ्या विविध संस्थेकडे ते तारण ठेवलेले (हायपोथिकेटेड) असते, परंतु वाहनाची मालकी कर्जदाराच्या नावेच असते. उद्योगधंदे करणारे, स्वयंरोजगार असलेले किंवा कंपन्या जेव्हा त्यांच्या व्यवसायासाठी वाहनाचा उपयोग करत असतात, त्या वेळी त्यांनी घेतलेल्या वाहनकर्जावर भरलेल्या व्याजापोटी करवजावटीचा लाभ घेता येतोच; पण घसाऱ्याचाही (डेप्रिसिएशन) लाभ घेता येतो. मुद्दलाच्या परतफेडीसाठी कोणतीही आयकर वजावट मिळत नाही. या कर्जावर मुद्रांक शुल्क (स्टॅम्प ड्युटी) कर्जसंबंधित कराराच्या वेळी भरावे लागते.

भाडेतत्त्वावर वाहनखरेदी करताना अर्थसाहाय्य करणारी वित्तसंस्था कर्जदाराच्या वतीने वाहन स्वत: खरेदी करून ते वापरण्यास कर्जदारास देते. कर्जाचा शेवटचा हप्ता फिटल्यावर ते वाहन कर्जदाराच्या नावे करून दिले जाते. बहुसंख्य भारतीय वित्त कंपन्यांकडून भाडेतत्त्वावर (हायर पर्चेस) वाहने खरेदी केली

जातात. भाडेतत्त्वावरील व्यवहारांसाठी भारतातील बहुसंख्य राज्ये या प्रकारच्या कर्जावर अतिरिक्त विक्रीकर, उलाढाल कर, मूल्यवर्धित कर व मुद्रांक शुल्क आकारतात.

लीज म्हणजे तारण. कर्जाच्या प्रकारात वाहनासाठी कर्ज देणाऱ्या वित्तसंस्थेकडेच वाहनाची मालकी (ओनरशिप) असते. वाहनासाठी अर्थसाहाय्य केलेल्या रकमेसाठी दरमहा ठरावीक भाड्याची रक्कम त्या वित्तसंस्थेकडे जमा करावी लागते. या भाड्याच्या रकमेतच अर्थसाहाय्य केलेल्या मुद्दलाचा व त्यावरील व्याजाचा समावेश असतो. प्रत्येक आर्थिक वर्षी वाहनाचा उपभोक्ता (लीजी-Leasee) करवजावटीचा लाभ या दिलेल्या भाड्याच्या रकमेसाठी पूर्णत: स्वीकारू शकतो. परंतु वाहनाच्या किमतीवरील घसाऱ्याचा लाभ मात्र अर्थसाहाय्य करणारी वित्तसंस्था घेते. लीजची मुदत संपली की लीज करारात नमूद केल्याप्रमाणे पूर्वनिश्चित रकमेस किंवा नाममात्र रकमेस ते वाहन उपभोक्त्याच्या (लीजी) नावावर करून दिले जाते.

अर्थसाहाय्य करणाऱ्या वित्तीय संस्था वाहनकर्ज मंजूर करताना पुढील घटकांचा विचार प्रथम करतात. मालमत्ता जोखीम (ॲसेट रिस्क), ग्राहक जोखीम (क्लाएंट रिस्क) वाहनकंपनीकडून मिळणारी सवलत (डिस्काउंट), डिलरकडून मिळणाऱ्या सवलती, प्रक्रिया शुल्क, वैधानिक आकार किंवा शुल्क (यात मुद्रांक शुल्क, मूल्यवर्धित कर, उलाढाल कर, तारण तर इत्यादींचा समावेश असतो) आणि कर्जफेडीच्या पहिल्या हप्त्याची सुरुवात इत्यादी घटकांचा विचार करूनच कर्ज-इच्छुकाला वाहन आणि वाहनासाठीचे अर्थसाहाय्य उपलब्ध होत असते.

मालमत्ता जोखमीत कोणत्या कंपनीची कोणती गाडी (मेक, मॉडेल) आहे आणि त्या कर्जदाराने कर्ज फेडले नाही तर या गाडीला पुनर्विक्रीची किंमत किती येईल, याचा विचार केला जातो. ग्राहकाची कर्जफेडीची क्षमता, पत (क्रेडिट) आणि नियमित उत्पन्नाचे साधन अजमावून, त्याच्यावरील आर्थिक जबाबदाऱ्यांचे अवलोकन करूनच ग्राहक जोखमीचा घटक अभ्यासण्यात येतो. वाहननिर्मिती करणाऱ्या कंपन्या किंवा वाहनविक्री व्यवसायातील डिलरकडून सवलती घेऊन ग्राहकांना कमी दरातील वाहनकर्जे उपलब्ध करून देण्याची स्पर्धा वित्तीय संस्थांमध्ये सुरू आहे.

वाहनकर्जासाठी अर्ज करताना अर्जदाराला पासपोर्ट, ड्रायव्हिंग परवाना, निवडणूक ओळखपत्र किंवा फोटो क्रेडिट कार्ड आपल्या आयकर खात्याच्या पॅनकार्ड किंवा पॅन क्रमांकासह सादर करावे लागते. वास्तव्याचा दाखला म्हणून दूरध्वनी किंवा इलेक्ट्रिक बिल किंवा शिधापत्रिका जोडावी लागते. उत्पन्नाचा दाखला म्हणून पगाराची स्लिप किंवा अर्ज क्रमांक १६ किंवा मागील तीन वर्षांची भरलेली आयकर विवरणपत्रे द्यावी लागतात. व्यावसायिक किंवा स्वयंरोजगार असलेल्यांसाठी गेल्या दोन वर्षांची आयकर विवरणपत्रे आणि / किंवा लेखापरीक्षण केलेली नफा-तोटा पत्रके सादर करावी लागतात.

वाहनकर्जाच्या अर्जावर सहीचा पुरावा म्हणून अर्जदारास त्याच्या बँकरकडून (ज्या बँकेत त्याचे खाते असेल तिथून) सही प्रमाणित करून आणण्यास काही वित्तीय संस्था आग्रही असतात.

वाहनाचा आकार, मॉडेल आणि वाहनाला असलेली मागणी याचा समन्वय साधून त्या वाहनासाठी जास्तीत जास्त किती मुदतीचे कर्ज द्यायचे, हे कर्ज देणाऱ्या प्रत्येक वित्तीय संस्थेचे मत वेगळे असते. विशिष्ट गाड्यांच्या मॉडेल्ससाठीच शून्य टक्के दराने कर्ज देणाऱ्या योजना असतात. या योजनांची अधिकतम कर्जफेडीची मुदत १८ महिन्यांपर्यंतच असते. परंतु या योजनेत कर्जाचा हिस्सा गाडीच्या किमतीच्या ७० टक्क्यांपर्यंतच मर्यादित असतो.

वाहनकर्ज देणाऱ्या बँका व वित्तीय संस्थांकडील कर्जावरील व्याजदर ११ ते १५ टक्के प्रति वर्ष असतो. बँकांकडून वाहनकर्ज घेणे कधीही योग्य ठरते. बहुसंख्य बँकांकडे (काही अपवाद वगळता) कर्जाची परतफेड मुदतीआधी करताना दंडात्मक आकार लावला जात नाही.

वित्तकंपन्यांच्या आकर्षक, जाहिराती जाहिराती आणि त्यात दर्शवलेल्या कमीत कमी व्याजदरांमुळे वाहनकर्जासाठी ग्राहक आकर्षिला जातो. हे कमी व्याजदर प्रति वर्षासाठी असल्याचा उल्लेख कुठेही नसतो. हा सरळव्याजाचा दर अत्यंत फसवा असतो. प्रत्यक्षात परिणामकारी दर (इफेक्टिव रेट) जास्त असून हा दर महिन्याला किंवा तीन महिन्यांनी कमी होत जाणाऱ्या कर्जाच्या मुद्दलावर (शिल्लक) आकारला जात असल्याने वित्तसंस्थांच्या व्याजदराच्या तुलनेत स्वस्त असतो.

दुचाकी किंवा चारचाकी वाहनकर्ज घेताना ऑटो डिलर्सकडून सर्वात कमी व्याजदरावर कर्ज देऊ करत असल्याचे सांगितले जाते. परंतु त्याने सांगितलेल्या दराच्या जवळजवळ दुप्पट दराने आपण कर्ज फेडत असतो. त्याने देऊ केलेल्या दरास सरळव्याज (फ्लॅट रेट ऑफ इंटरेस्ट) म्हटले जाते. परंतु आपण दरमहा जो मासिक हप्ता भरत असतो त्याद्वारे कर्जाच्या मुद्दलातही घट होत असते. नेमकी हीच घट (रिड्युसिंग बॅलन्स) सरळव्याज आकारताना गृहीत न धरल्याने तो व्याजदर कमी वाटतो. पुढील उदाहरणावरून हे अधिक स्पष्ट होईल.

समजा, तुम्ही पाच वर्षे मुदतीसाठी सहा लाख रुपयांचे वाहनकर्ज घेतले असून त्यासाठी दरमहा समान मासिक हप्ता १२,६७० रुपये भरत आहात. पाच वर्षांत मुद्दलासह ७,६०,२०० रुपयांची परतफेड झालेली असेल (१२,६७० × ६० = ७,६०,२००). याचा अर्थ सहा लाख रुपयांच्या कर्जावर १,६०,२०० रुपये व्याज दिलेले असेल. याचाच दुसरा अर्थ तुम्ही दर वर्षी व्याजापोटी ३२,०४० रुपये दिलेत. यावरून ऑटो डिलर सांगतो तो सरळव्याज दर पुढीलप्रमाणे येतो :

$$\frac{\text{३२,०४०}}{\text{६,००,०००}} \times \text{१००} = \text{५.३४ टक्के}$$

परंतु दरमहा कमी होत गेलेल्या मुद्दलास गृहीत धरून व्याजदर आकारणी केली, जी सर्वच बँकांमध्ये (विशेषतः राष्ट्रीयीकृत व सहकारी बँक) केली जाते, तर हा वास्तव दर (रियल रेट) १०.१८ टक्के दरम्यान येतो.

फ्लॅट रेटपेक्षा रिअल रेट जवळपास दुप्पट असल्याचे लक्षात येते.

$$\frac{\text{१०.१८ टक्के}}{\text{५.३४ टक्के}} = \text{१.९१ टक्के}$$

त्यामुळे वाहनकर्ज स्वीकारताना या फसव्या व्याजदरांना न भुलता राष्ट्रीयीकृत बँकांकडूनच कर्ज घेणे योग्य ठरते.

■■■

शैक्षणिक कर्ज

उच्च शिक्षणाचा ध्यास बाळगून असलेले विद्यार्थी आणि त्यांचे पालक बँकांकडे शैक्षणिक कर्जासाठी मोठ्या आशेने जातात. काही जणांना परदेशात जाऊन पदव्युत्तर अत्युच्च शिक्षण घेण्याची इच्छा असते. अशा हुशार मुलांना बँकेकडून अर्थसाहाय्य घेऊन परदेशातील विद्यापीठातून उच्च शिक्षण घेण्याची सुविधा ही 'शैक्षणिक कर्जे' देत आहेत.

महाविद्यालयीन शिक्षण दिवसेंदिवस महाग होत चालले आहे. हल्ली केवळ पदवी घेऊन नोकरी-व्यवसायाची शाश्वती मिळत नाही. त्यामुळे द्विपदवीधर होऊन किंवा पदव्युत्तर अभ्यासक्रमाची कास धरून रोजगाराची संधी मिळवणे क्रमप्राप्त ठरले आहे. द्विपदवीधर होण्यासाठी किंवा पदव्युत्तर व्यावसायिक अभ्यासक्रम घेण्यासाठी किंवा वैद्यकीय, अभियांत्रिकी व वाणिज्य क्षेत्रातील व्यावसायिक अभ्यासक्रम करण्याचे बहुसंख्य विद्यार्थी प्रयत्न करतात. परंतु आर्थिकदृष्ट्या सक्षम असलेल्या पालकांनासुद्धा काही पदव्युत्तर विशेष अभ्यासक्रमांचा खर्च भारी वाटतो, तर गरीब पालकांचे विचारायला नको. उच्च शिक्षणाचा ध्यास बाळगून असलेले विद्यार्थी आणि त्यांचे पालक बँकांकडे शैक्षणिक कर्जासाठी मोठ्या आशेने जातात. काही जणांना परदेशात जाऊन पदव्युत्तर अत्युच्च शिक्षण घेण्याची इच्छा असते. अशा हुशार मुलांना बँकेकडून अर्थसाहाय्य घेऊन परदेशातील विद्यापीठातून उच्च शिक्षण घेण्याची सुविधा ही 'शैक्षणिक कर्जे' देत आहेत. नुकतीच रिझर्व्ह बँकेने भारतातील शिक्षणासाठी अधिकतम कर्जाची रक्कम १० लाख रुपये, तर परदेशातील शिक्षणासाठी २० ते २५ लाख रुपये केली आहे.

शैक्षणिक कर्जे देताना कर्जदाराच्या पात्रतेबाबत प्रत्येक बँकेच्या नियमात फरक आढळतो. परंतु तीन-चार असे नियम आहेत, ज्याबद्दल सर्व बँकांचे एकमत आढळते. त्यात निश्चित केलेल्या विद्यापीठाचे किंवा महाविद्यालयाचे प्रवेश दिल्याबद्दलचे पत्र किंवा त्या अभ्यासक्रमाच्या प्रवेशात सर्वार्थाने पात्र असल्याबाबतचा पुरावा सादर करावा लागतो. कर्जासाठी अर्ज करणाऱ्या विद्यार्थ्याचे वय १६ ते २६ वर्षांदरम्यान असावे,

राष्ट्रीयीकृत बँकांची ही अट प्रामुख्याने असते. सर्वात महत्त्वाचा निकष म्हणजे शैक्षणिक कर्ज घेऊ इच्छिणाऱ्या विद्यार्थ्याची शैक्षणिक कारकिर्द कायम प्रथम वर्गातील असावी व ती अखंड असावी. तसेच पालकांचे उत्पन्न नियमित आणि भविष्यातील विशिष्ट अवधीसाठी ते मिळणारे असावे. ज्या विद्यापीठातून किंवा महाविद्यालयातून उच्च शिक्षण घ्यायचे आहे, ते मान्यताप्राप्त असावे. विद्यापीठातील अभ्यासक्रमांच्या शुल्कानुसार कर्जाची रक्कम बदलती असते. बहुसंख्य बँका एकूण अभ्यासक्रमाच्या शुल्काच्या किमान ७५ टक्के व कमाल ९० टक्केपर्यंत कर्जाची रक्कम देऊ करतात. उर्वरित रक्कम विद्यार्थ्याला भरावी लागते. कर्जाची रक्कम निश्चित करताना कर्जदारांच्या पालकांची निव्वळ मासिक वेतनाची रक्कम बघितली जाते. निव्वळ मासिक वेतनाच्या किमान सहापट व कमाल दहापट रक्कम कर्ज म्हणून दिली जाते. पालकांचे उत्पन्न प्रति वर्ष साडेचार लाख रुपयांहून कमी असेल तर व्याजाच्या रकमेत अनुदान (सबसिडी) मिळते.

२५ हजार रुपयांहून अधिक असलेल्या कर्जाच्या रकमेसाठी आनुषंगिक तारण (कोलॅटरल सिक्युरिटी) म्हणून राष्ट्रीय बचत प्रमाणपत्रे, बॉण्ड, सुवर्णालंकार, वाहन, घरे किंवा स्थावर मालमत्ता तारण ठेवावी लागते. याव्यतिरिक्त कर्जाच्या रकमेइतकी आयुर्विमा पॉलिसी बहुसंख्य बँका तारण म्हणून मागणी करतात. कर्जरक्कम चार लाख रुपयांहून अधिक असेल तर मागील दोन वर्षांची आयकर विवरणपत्रेसुद्धा द्यावी लागतात.

उपरोक्त व्याजदर स्थिर (फिक्स्ड) किंवा बदलते (व्हेरिएबल) असू शकतात. बदलते व्याजदर प्राईम लेंडींग रेटशी (पीएलआर) निगडित असतात. कर्जाची परतफेड अभ्यासक्रम पूर्ण झाल्यावर सहा महिन्यांनी किंवा विद्यार्थ्याला नोकरी मिळाल्यावर, यापैकी जे लवकर येईल त्यानुसार करावी लागते.

या कर्जासाठी हमीदार (गॅरेन्टर) द्यावे लागतात. या हमीदाराचे वार्षिक उत्पन्न कर्जाच्या रकमेइतके किंवा त्याहून अधिक असावे. शैक्षणिक कर्जासाठी बँकेला सादर करावी लागणारी कागदपत्रे पुढीलप्रमाणे आहेत :

(१) विद्यार्थ्याचा वयाचा दाखला (२) वास्तव्याचा पुरावा (रेशनकार्ड, पासपोर्ट, आधार कार्ड इत्यादी) (३) विद्यापीठाने किंवा शैक्षणिक संस्थेने प्रवेश (ॲडमिशन) निश्चित केल्याचे पत्र व त्या अभ्यासक्रमाचा अवधी (४) शैक्षणिक कारकिर्द दर्शवणारी गुणपत्रे, प्रमाणपत्रे वा तत्सम कागदपत्रे (५) विद्यापीठाच्या किंवा शैक्षणिक संस्थेच्या त्या विशिष्ट अभ्यासक्रमाचे शुल्क, अभ्यास शुल्क, सत्र शुल्क, वसतिगृहाचे शुल्क, पुस्तकांचे शुल्क इत्यादी शुल्के स्पष्ट दर्शवणारे पत्र (६) परदेशी शिक्षणासाठी जात असल्यास उपरोक्त शुल्कांसह परदेशी जाण्याचा विमानखर्चाचा तपशील (७) विद्यार्थ्याच्या नावे असलेली (किंवा घेणार असलेल्या) विमा पॉलिसी व तिची कागदपत्रे

शैक्षणिक कर्जाच्या संबंधित व कागदपत्रांच्या झेरॉक्स प्रती फाईल करून ती फाईल सांभाळून ठेवावी. काही ट्रस्ट, शैक्षणिक संस्था किंवा सामाजिक संस्था बिनव्याजी अर्थसाहाय्य देऊ करतात. तसेच, काही संस्था किंवा विद्यापीठे शिष्यवृत्ती देऊ करतात. हा शिष्यवृत्तींचा पर्याय किंवा बिनव्याजी अर्थसाहाय्याचा पर्याय प्रथम अजमावावा. त्यानंतर शैक्षणिक कर्जाचा विचार करावा. शैक्षणिक कर्जावरील व्याजदर गृहकर्जाइतका करण्यासाठी सरकारने प्रयत्न करणे आवश्यक आहे. त्यामुळे अनेक हुशार आणि होतकरू विद्यार्थ्यांना अत्युच्च शिक्षणाची संधी मिळून, देशाच्याच विकासाला मोठा हातभार लागू शकेल.

'प्रधानमंत्री विद्यालक्ष्मी योजना' हे १५ ऑगस्ट २०१५ रोजी सुरू केलेले आणि गरीब विद्यार्थ्यांना शैक्षणिक कर्जाची सुविधा देणारे ऑनलाईन पोर्टल आहे. या पोर्टलवर विद्यार्थ्याने नोंदणी करून सर्व बँकांसाठी असणारा सामायिक अर्ज भरावा. या पोर्टलवरून कर्ज घेतल्यास शैक्षणिक कर्जासाठी दिले जाणारे अनुदान स्वीकारता येत नाही.

■■■

विमा पॉलिसी, शेअर्स व इतर तारण कर्जे

बँक ठेवी, विमा पॉलिसी, शेअर्स-रोखे किंवा सोने तारण ठेवून बँक कॅश क्रेडिट प्रकारचे कर्जही देते. बँकांकडे असलेल्या मुदत ठेवी, आवर्ती जमा ठेवी (रिकरिंग डिपॉझिट) व दैनंदिन बचत ठेवी या तीन प्रकारच्या ठेवींवर जमा रकमेच्या जास्तीत जास्त ८५ टक्क्यांपर्यंत कर्ज उपलब्ध होऊ शकते.

कर्जाची मुदत ही ती ठेव जेवढ्या मुदतीसाठी ठेवली आहे तेवढ्याच कालावधीसाठी मर्यादित असते. या ठेवींवर ज्या दराने व्याज मिळत असते, त्यापेक्षा दोन टक्के जास्त व्याजदर आकारून बँक कर्ज देते.

कर्ज देताना बँका मुदत ठेवीची पावती किंवा पासबुक रेव्हेन्यू स्टँपवर ठेवीदारांची सही घेऊन स्वतः च्या ताब्यात 'तारण' म्हणून ठेवतात.

कर्जाची परतफेड मुदतीअंती झाली नाही तर तेवढी रक्कम या ठेवींच्या रकमेतून वळती करतात. बँकांमध्ये तिऱ्हाईत व्यक्तींच्या मुदत ठेवींवर कर्ज देताना त्या ठेवीदारांची लेखी संमती बँक प्रथम मागते. कर्जदाराचे आणि तिऱ्हाईत असलेल्या बँक ठेवीदारांचे नातेसंबंध किंवा मैत्री तसेच पत (क्रेडिट) इत्यादींची तपासणी करूनच बँक प्रसंगी कर्ज देत असते.

केंद्र व राज्य सरकारी कर्जरोखे, प्रॉमिसरी नोट्स, रिझर्व्ह बँकेच्या मान्यताप्राप्त वित्तीय संस्थांचे रोखे, राष्ट्रीय बचत प्रमाणपत्रे (एनएससी), किसान विकास पत्रे, इंदिरा विकासपत्रे इत्यादींवर दर्शनीमूल्याच्या ७५ ते ८० टक्के रक्कम बँक कर्ज देते.

जीवन विमा पॉलिसी तारण कर्ज

जीवन विमा पॉलिसीवर बँक कर्ज देते. त्या वेळी ही पॉलिसी बँकेकडे तारण ठेवली जाते. विमा पॉलिसीच्या सोडकिमतीच्या (सरेंडर व्हॅल्यू) जास्तीत जास्त ७५ टक्के कर्ज उपलब्ध होऊ शकते. तारण ठेवलेली

मानवी जीवनात सोने हा धातू स्वरूपात असो वा दागिन्यांच्या स्वरूपात किंवा डिमॅट खात्यातील गोल्ड एक्स्चेंज ट्रेडेड फंड्स युनिट्सच्या माध्यमात; अडीअडचणीला रक्कम त्वरित उभी करण्याची क्षमता असलेला एक महत्त्वपूर्ण घटक आहे. काळ-वेळेचे बंधन नसलेला आणि गरजेनुसार रक्कम उभी करण्याची ताकद फक्त सोन्यात आहे, असे म्हटले तर अतिशयोक्ती ठरणार नाही.

पॉलिसी बँकेच्या नावे केल्याने त्यावरील नामांकन (नॉमिनेशन) रद्द होते. बँक सोडकिंमत ठरवताना जीवन विमा निगमच्या नियमाप्रमाणे पडताळून घेते. तारण ठेवलेली पॉलिसी चालू ठेवणे कर्जदाराला बंधनकारक असल्याने वेळोवेळी भरलेल्या विम्याच्या हप्त्याच्या पावत्या बँकेस दाखवाव्या लागतात. कर्जाची व्याजासह परतफेड झाल्यावर कर्जदाराने पॉलिसी आपल्या नावे करून घेताना नव्याने वारसा नेमणे आवश्यक असते.

ज्या पॉलिसीवर विमेदाराने जन्मतारखेचा योग्य पुरावा दिला आहे, अशी नोंद असते त्याच पॉलिसीवर कर्ज उपलब्ध होते. लहान मुलांच्या नावे असलेल्या पॉलिसीवर (उदाहरणार्थ, मॅरेज एन्डोमेन्ट पॉलिसी) कर्ज दिले जात नाही.

अडचणीत शेअर्सचा आधार

शेअर्समधील गुंतवणूक जोखीमयुक्त मानली जाते, परंतु काही वेळा आर्थिक अडचणींच्या वेळी हातातील चांगले शेअर विकावे लागले की मनाला बोचणी लागते. यातला मध्यममार्ग बँकांनी शेअर गुंतवणूकदारापुढे आणला तो म्हणजे शेअर्स न विकता त्यावर गरजेपुरती रक्कम कर्ज म्हणून उपलब्ध करणे. यात गुंतवणूकदाराचे शेअर हातातच (विकले न गेल्याने) म्हणजे बँकांकडेच राहणार आणि गुंतवणूकदाराची नड भागून बँकेकडील अतिरिक्त निधी वापरात येणार. अशा तऱ्हेने दोघांनाही फायदा कमीत कमी जोखमीत होणार.

जर शेअर्स प्रमाणपत्रांच्या स्वरूपात असतील तर जास्तीत जास्त दहा लाख रुपयांचे कर्ज उपलब्ध केले जाते. परंतु डिमॅट केलेल्या शेअरच्या बाबतीत हेच कर्ज वीस लाख रुपयांपर्यंत मिळते. हे कर्ज अर्थातच आर्थिक उचल (ओव्हर ड्राफ्ट) म्हणून दिले जाते.

डिमॅट स्वरूपातील शेअरच्या बाजारभावाच्या ६५ टक्के, तर प्रमाणपत्र स्वरूपातील (फिजिकल) शेअरच्या बाजारभावाच्या ५० टक्के रक्कम उचल म्हणून बँका देतात. प्रमाणपत्र स्वरूपातील शेअर्स मात्र बाजारी संचातील (मार्केट लॉट) असणे बंधनकारक असते. काही बँका जास्तीत जास्त २० कंपन्यांचेच शेअर आर्थिक उचलसाठी निवडतात, तर काही बँकांकडे अशी मर्यादा नसते.

म्युच्युअल फंडातील योजनांच्या युनिटच्या निव्वळ मालमत्ता मूल्याच्या ४० टक्केपर्यंत काही ठरावीक बँकाच आर्थिक उचल देऊ करतात. बहुसंख्य बँका अशा युनिटांच्या गेल्या दोन वर्षातील निव्वळ मालमत्ता मूल्य (एनएव्ही) व विद्यमान निव्वळ मालमत्ता मूल्य यांची सरासरी बघूनच याबाबत निर्णय घेतात.

कर्ज परतफेडीची क्षमता, शेअर्सचे किंवा रोख्यांचे सध्याचे मूल्यांकन आणि कर्ज-इच्छुकाची पत (क्रेडिट) बघूनच ही आर्थिक उचल (ओव्हर ड्राफ्ट) घेण्याची सुविधा देण्यात येते. हे शेअर स्वतःच्या नावावरील किंवा पती-पत्नीच्या नावे, १८ वर्षे पूर्ण केलेल्या मुलांच्या नावे, भाऊ-बहिणींच्या नावे, सासू-सासऱ्यांच्या असतील तरच असे शेअर तारण म्हणून बँका ठेवून घेतात. काही बँका मात्र कर्जदाराव्यतिरिक्त असलेल्या नावांवरील शेअर स्वीकारण्यास तयार होत नाहीत.

बँकांनी मंजूर केलेल्या यादीतीलच कंपन्यांचे शेअर या बँका तारण म्हणून स्वीकारतात आणि त्यावरच ही उचल देतात. पूर्ण भरणा केलेलेच शेअर स्वीकारले जातात. बँकांची सर्वसंमत शेअरची यादी नियमितपणे बदलत असते. स्वत: संचालक किंवा प्रवर्तक असलेल्या कंपन्यांच्या शेअरवर अशा प्रकारचे तारण कर्ज उपलब्ध केले जात नाही. तसेच अनिवासी भारतीयांच्या नावे किंवा हिंदू अविभक्त कुटुंब किंवा अवयस्क मुलांच्या नावे (मायनर) किंवा कंपन्यांच्या नावे असलेल्या शेअर्सवर ही उचल दिली जात नाही.

या उचल घेतलेल्या रकमेवर बँका १५ टक्क्यांपासून ते १८.५ टक्के व्याजदर आकारतात. हे व्याज दैनंदिन तत्त्वावर आकारले जाते. मर्यादेच्या बाहेर उचल रक्कम घेतल्यास दोन टक्के व्याज अतिरिक्त दंड म्हणून बँका आकारतात. बँकेकडे तारण ठेवलेल्या शेअर्सवरील लाभांश, हक्क भाग किंवा बोनस यांचा लाभ कर्जदाराला मिळतो.

पॉवर ऑफ ॲटर्नी (मुखत्यारपत्र) नोटरीकडून प्रमाणित करून बँकेला द्यावे लागते. आवश्यकतेनुसार हमीदार (गॅरेन्टर) बँकेला द्यावे लागतात. सौदा पत्र (ट्रान्झॅक्शन स्लिप) किंवा हस्तांतर अर्ज (ट्रान्सफर फॉर्म) सर्व शेअरधारकांच्या सह्या बँकेकडून प्रमाणित करून घेऊन ही कागदपत्रे बँकेकडे द्यावी लागतात. काही बँका प्रक्रिया शुल्क म्हणून कर्ज रकमेच्या एक ते दीड टक्का रक्कम स्वीकारतात; तर काही बँका त्यांच्या नियमित ग्राहकांकडून अत्यल्प रक्कम घेऊन अशी कर्जे मंजूर करतात. ही कर्जे रिझर्व्ह बँकेच्या कठोर मार्गदर्शक तत्त्वे व नियमावलीनुसार देण्यात येतात.

सोने तारण कर्ज

सोने हा धातू पूर्वापार काळापासून चलनात आहे. सुवर्णालंकारावर बँक कर्ज देऊ करते. सुवर्णालंकाराची किंमत ठरवताना बाजारभावापेक्षा निम्म्या दराने (मजुरी वजा करून) मूल्यांकन केले जाते. हे मूल्यांकन बँकेच्या अधिकृत सोनाराकडून केले जाते. त्यासाठीचे शुल्क कर्जदारालाच द्यावे लागते. सोन्याच्या दागिन्यांवर दिलेले तारण कर्ज जास्तीत जास्त एक वर्षाच्या मुदतीसाठीच असते.

सोन्याच्या अलंकारांची खरेदी करताना ग्राहकांच्या मनात नेहमीच शंका उपस्थित होत असते. हे अलंकार खरेच २३ कॅरेटचे असतील की २२ कॅरेटचे असतील? सोने हा खूपच मृदू धातू असल्याने १०० टक्के शुद्ध सोन्याचे दागिने घडवणे अशक्य ठरते. त्यासाठी अलंकाराच्या स्वरूपानुसार सोन्यात जस्त, तांबे किंवा चांदी या धातूंचे मिश्रण केले जाते. या अलंकारांमध्ये या धातूंचे मिश्रण एकजीव होण्यासाठी केडियम हा धातू उत्प्रेरक (catalyst) म्हणून वापरला जातो. केडियम हा धातू सोन्यात कधीही एकजीव न होता, इतर धातूंच्या मिश्रणाची क्रिया सुलभपणे पार पाडतो. सोन्याचे शुद्धता मोजण्याचे परिमाण कॅरेट आहे.

सोन्याची शुद्धता दर्शवण्यासाठी भारतीय मानक ब्युरो (BIS - Bureau of Indian Standards) या संस्थेने शुद्धता आणि सूक्ष्मता श्रेणी ठरवून दिल्या आहेत. या संस्थेमार्फत हॉलमार्कचे चिन्ह दिले जाते. ते मिळण्यासाठी अलंकार सोन्याच्या शुद्धतेच्या परीक्षणासाठी द्यावे लागतात. हे परीक्षण करण्यास साधारण पाच ते सहा तास लागतात. भारतीय मानक ब्युरोच्या मान्यताप्राप्त किंवा संदर्भीत प्रयोगशाळेतून हॉलमार्क चिन्ह असलेल्या दागिन्यांच्या शुद्धतेची पुन्हा पडताळणी करता येते. अर्थातच, एका नमुन्यासाठी परीक्षण शुल्क पंचवीस रुपये आहे. २४ कॅरेटचे सोने अत्यंत शुद्ध स्वरूपातील म्हणजेच शंभर नंबरी सोने मानले जाते. २३ कॅरेटचे सोने म्हणजे ९५८ सूक्ष्मता श्रेणी, २२ कॅरेटचे सोने म्हणजे ९१६ सूक्ष्मता श्रेणी, २१ कॅरेटचे सोने म्हणजे ८७५ सूक्ष्मता श्रेणी, १८ कॅरेटचे सोने म्हणजे ७५० सूक्ष्मता श्रेणी, १७ कॅरेटचे सोने म्हणजे

७०८ सूक्ष्मता श्रेणी, १४ कॅरेटचे सोने म्हणजे ५८५ सूक्ष्मता श्रेणी आणि ९ कॅरेटचे सोने म्हणजे ३७५ सूक्ष्मता श्रेणी. अशा प्रकारे शुद्धता आणि सूक्ष्मता श्रेणींचे वर्गीकरण असते. ज्या वेळी दागिन्यांवर कर्ज घेण्याची किंवा विकण्याची वेळ येते त्या वेळी दागिन्यांतील सोन्याच्या शुद्धतेला महत्त्व असते. ही शुद्धता या सूक्ष्मता श्रेणीनुसार निश्चित केली जाते.

मानवी जीवनात सोने हा धातू स्वरूपात असो वा दागिन्यांच्या स्वरूपात किंवा डिमॅट खात्यातील गोल्ड एक्स्चेंज ट्रेडेड फंड्स युनिट्सच्या माध्यमात; अडीअडचणीला रक्कम त्वरित उभी करण्याची क्षमता असलेला एक महत्त्वपूर्ण घटक आहे. काळ-वेळेचे बंधन नसलेला आणि गरजेनुसार रक्कम उभी करण्याची ताकद फक्त सोन्यात आहे, असे म्हटले तर अतिशयोक्ती ठरणार नाही. आज राष्ट्रीयीकृत बँकांसह सहकारी तसेच खासगी बँका आणि बँकेतर वित्तीय कंपन्या (Non-Banking Finance companies) सोन्यावर कर्ज देण्यास उत्सुक असतात. भारतीय रिझर्व्ह बँकेने आखून दिलेल्या मार्गदर्शक तत्त्वानुसार या सर्व बँका आणि बँकेतर वित्तीय कंपन्या सोन्यावर कर्ज देतात. आयसीआयसीआय बँक, एचडीएफसी बँक, ॲक्सिस बँक यांसारख्या खासगी बँका किमान १०,००० रुपयांपासून ते १५-२० लाख रुपयांपर्यंत १८ ते ७०-७५ वर्षे वयोगटातील व्यक्तींना सोन्यावर किंवा दागिन्यांवर कर्ज देतात. सोन्याच्या एकूण मूल्यांकनाच्या अधिकतम ५० टक्के कर्ज दिले जाते. स्टेट बँक, इंडियन बँक यांसारख्या राष्ट्रीयीकृत बँका मात्र २१ वर्षे पूर्ण केलेल्या व्यक्तींनाच कर्जफेडीची क्षमता अजमावून सोन्याच्या एकूण मूल्यांकनाच्या अधिकतम ७५ टक्के ही कर्जे देतात. या बँकांची कर्जावरील व्याज आकारणी कमी होत जाणाऱ्या शिल्लक कर्जरकमेवर होत असते. खासगी बँकांचा या कर्जावरील व्याजदर किमान सहा महिने ते कमाल ३६ महिने मुदतीसाठी प्रति वर्ष किमान १४.५ ते १७ टक्के असतो. कर्जाचा हप्ता चुकल्यास दंड व्याजाचा दर कमाल दोन टक्के दरमहापर्यंत वेगवेगळा असू शकतो. राष्ट्रीयीकृत बँकांचा व्याजदर किमान सहा महिने ते कमाल ३६ महिनेसाठी मात्र प्रति वर्ष ११ ते १३ टक्के असतो. दंड व्याजाचे दर बँकांनुसार बदलतात. कर्ज वेळेत फेडले गेले नाही, तर बँक ते दागिने विकून कर्जाची रक्कम वसूल करते.

बँकेतर वित्तीय कंपन्यांकडून किमान तीन महिन्यांपासून ते ३६ महिन्यांपर्यंत हे कर्ज कमाल एक कोटी रुपयांपर्यंत उपलब्ध केले जाते. एक लाख रुपयांपर्यंतच्या कर्जासाठी हमीदार घेतला जात नाही. या कर्जांवरील व्याजदर प्रति वर्ष किमान १४ टक्केपासून सुरू होतात आणि कर्जदाराची जोखीम क्षमता बघून त्यात प्रति वर्ष ३ ते १२ टक्के एवढी वाढ केली जाते.

सोन्यावर कर्ज घेताना कर्ज प्रक्रिया शुल्क, सोन्याचे मूल्यांकन शुल्क, सेवा कर बघतानाच हप्ता भरण्यास उशीर झाला तर लागणारे दंडात्मक व्याज आणि मुदतीआधी कर्जाची परतफेड करताना आकारले जाणारे शुल्क यांची सविस्तर माहिती घेणे आवश्यक ठरते. दोन पासपोर्ट आकाराची छायाचित्रे आणि निवडणूक ओळखपत्रे, आयकर पॅनकार्ड, पासपोर्ट, आधार कार्ड यांपैकी कोणतीही दोन कागदपत्रे दिल्यास कर्जाचा विचार केला जातो. महागडे वैयक्तिक कर्ज घेण्यापेक्षा सोन्याच्या दागिन्यांवरील तारण कर्ज केव्हाही चांगले ठरते.

■■■

क्रेडिट कार्ड - बिनव्याजी तात्पुरती उचल

क्रेडिट कार्ड हे आजचे परवलीचे 'चलन' ठरले आहे. या क्रेडिट कार्डाचा भुलभुलय्या असा आहे की, अत्युच्च उत्पन्नधारकासह आता मध्यम उत्पन्नधारकही या कार्डच्या गळाला लागले आहेत. आजच्या युवकाला तर या प्लास्टिक मनीचे जबरदस्त आकर्षण आहे. त्यात विविध क्रेडिट कार्डांमधील स्पर्धा आजच्या नवश्रीमंत युवकांना लक्ष्य करूनच, बँका आणि वित्तसंस्था व्यवसायवृद्धी करण्यास कार्यरत आहेत.

जागतिकीकरणामुळे १९९१पासून स्वतःची रक्कम गरजेपुरतीच गुंतवून, उर्वरित रकमेची निकड कर्जाद्वारे भागवून आयकर सवलत मिळवण्याचा राजमार्ग अनेकांनी आपलासा केला. कर्जाऊ रक्कम भीत-भीत मागणारे 'क्रेडिट कार्डा'ला इतके सरावले, की त्यांना या उधारीमुळे पत (क्रेडिट) मिळाल्याचा साक्षात्कार झाला. ज्यांना उधारीपेक्षा दंडात्मक व्याजदर अधिक वाटला त्यांनी डेबिट कार्डाचा पर्याय स्वीकारून अंथरूण पाहून पाय पसरण्याची म्हण अमलात आणली.

क्रेडिट कार्ड हे आजचे परवलीचे 'चलन' ठरले आहे. या क्रेडिट कार्डाचा भुलभुलय्या असा आहे की, अत्युच्च उत्पन्नधारकासह आता मध्यम उत्पन्नधारकही या कार्डच्या गळाला लागले आहेत. आजच्या युवकाला तर या प्लास्टिक मनीचे जबरदस्त आकर्षण आहे. त्यात विविध क्रेडिट कार्डांमधील स्पर्धा आजच्या नवश्रीमंत युवकांना लक्ष्य करूनच, बँका आणि वित्तसंस्था व्यवसायवृद्धी करण्यास कार्यरत आहेत. 'स्टेट्स सिंबॉल' असलेल्या क्रेडिट कार्डामुळे कार्डधारकांची पत उंचावत असली तरी हीच पत याच कार्डावरील उधारीमुळे धोक्यात येऊ शकते. क्रेडिट कार्ड कालपर्यंत प्रतिष्ठेचे मानले जात होते; आज मात्र आवश्यक सुविधा म्हणून वापरले जात आहे. १९८०पासून भारतात क्रेडिट कार्ड वापरले जाऊ लागले. त्या वेळी हे कार्ड देणाऱ्या दोनच संस्था होत्या. आज ही संख्या १५हून अधिक आहे. १९८७ ते २००२ या १५ वर्षांत क्रेडिट कार्डधारकांची संख्या प्रति वर्ष किमान २५ टक्के वाढून चाळीस लाखांवर गेली होती. आता या संख्येत डेबिट कार्डांचीसुद्धा भर पडली आहे.

व्हिसा, मास्टर आणि रूपे अशी तीन कार्डे भारतात लोकप्रिय ठरली आहेत. सीटी बँक, अमेरिकन एक्सप्रेस बँक, स्टॅन्चार्ट बँक, एबीएन अॅम्रो बँक इत्यादी परदेशी बँकांसह स्टेट बँक, देना बँक, बँक ऑफ इंडिया, बँक ऑफ बरोडा, कॅनरा बँक या आघाडीच्या राष्ट्रीयीकृत बँकांनीही क्रेडिट कार्ड व्यवसायात आघाडी घेतली होती.

चलनी व्यवहाराला पर्याय म्हणून सुरू झालेले क्रेडिट कार्ड रकमेच्या आकस्मिक गरजेतूनच जन्माला आले आहे. क्रेडिट कार्डाचा जन्मच मुळी पत सांभाळण्याच्या उद्दिष्टातून झाला आहे.

१९४९च्या सुमारास अमेरिकन उद्योगपती मॅकन्माराला क्रेडिट कार्डची संकल्पना सुचली. या उद्योगपतीने एके दिवशी आपल्या मित्रांना हॉटेलमध्ये पार्टी दिली. ज्या वेळी बिल द्यायची पाळी आली तेव्हा मॅकन्मारा हादरला, कारण तो पैशांचे पाकीट घरी विसरला होता. अखेर पार्टीला आलेल्या मित्रांकडून पैसे घेऊन बिल भरावे लागले. दुसऱ्या दिवशी सकाळी उद्योगपती बँकेत गेले आणि त्याने बँकेला सुचवले, की प्रत्येक व्यक्तीच्या असलेल्या पतीनुसार (क्रेडिटप्रमाणे) त्याला हवी असलेली वस्तू या कार्डावर उपलब्ध झाली पाहिजे. याच संकल्पनेवर आधारित 'डायनर्स कार्ड' १९५०मध्ये सुरू झाले. चलनी नोटांच्या व्यवहारांना पर्याय म्हणून लहानमोठे व्यवहार या प्लास्टिक कार्डाद्वारे करण्यास सुरुवात झाली. आजच्या असुरक्षित जीवनात फार मोठी रक्कम रोख स्वरूपात बाळगून प्रवास करणे किंवा खरेदीस जाणे जोखमीचे असल्याने हीच क्रेडिट कार्ड प्लास्टिक मनीच्या रूपाने जीवनाचा अविभाज्य घटक बनली आहेत.

भारतात १९६१मध्ये पहिले क्रेडिट कार्ड 'डायनर्स क्लब'तर्फे इंदूरच्या महाराजांना दिले. १९७१पर्यंत सर्व क्रेडिट कार्डे कागदी पुठ्ठ्याची होती. १९७१पासून या कागदी कार्डांची जागा प्लास्टिक कार्डांनी घेतली आणि प्लास्टिक मनी जन्माला आला. क्रेडिट कार्डाचा आकार व्हिजिटींग कार्डाएवढा असून त्यावर कार्डधारकाचे नाव, सहीचा नमुना, कार्डाचा कोड क्रमांक व कार्डाची मुदत संपण्याची तारीख असते.

क्रेडिट कार्डाचे दोन प्रकार आहेत : वैयक्तिक क्रेडिट कार्ड आणि संयुक्त कॉर्पोरेट क्रेडिट कार्ड. व्यक्तीसाठी वैयक्तिक क्रेडिट कार्ड देताना त्यासाठी अर्जामध्ये त्या व्यक्तीचे नाव, पत्ता, जन्मतारीख, कुटुंबातील अवलंबित व्यक्ती, व्यवसाय, वार्षिक उत्पन्न, कर्ज, शाखेच्या नाव-पत्त्यासह बँकेचा खातेक्रमांक, एकूण मालमत्तेचा तपशील इत्यादी माहिती द्यावी लागते. अर्जासोबत रेशनकार्डाची झेरॉक्स, आयकर विवरणपत्राची झेरॉक्स किंवा मासिक वेतनाची स्लिप किंवा उत्पन्नाचा दाखला जोडावा लागतो.

संयुक्त कॉर्पोरेट क्रेडिट कार्डसाठी कंपन्या अर्ज करतात. एकाच वैयक्तिक क्रेडिट कार्डावर दोन व्यक्तींसाठी जादा शुल्क आकारून 'अॅड ऑन कार्ड' मिळू शकते. त्यामुळे पती-पत्नी स्वतंत्र कार्ड बाळगून, एकाच खात्यांतर्गत क्रेडिट सुविधेचा लाभ घेऊ शकतात.

क्रेडिट कार्ड मिळण्यासाठी वार्षिक उत्पन्न किमान ७५,००० रुपये आवश्यक असते. तसेच 'गोल्ड कार्ड' मिळण्यासाठी वार्षिक उत्पन्न १,७५,००० रुपये असणे आवश्यक आहे. २१ ते ६५ वयोगटातील कोणाही व्यक्तीस– जिचे उत्पन्न नियमित आणि वर उल्लेख केल्याप्रमाणे असेल तर क्रेडिट कार्ड मिळू शकते. कार्डाचे वार्षिक शुल्क किमान ४०० रुपये आहे.

क्रेडिट कार्डामुळे ४५ ते ५० दिवसांची उधारी (क्रेडिट) कार्डधारकाला मिळते. या दिवसांत जर त्याने ती रक्कम भरली नाही, तर मात्र प्रत्येक महिन्याला २.५ टक्के ते ४ टक्के दरम्यान दंडात्मक व्याज आकारले जाते.

क्रेडिट कार्डाचे पुरवणी कार्ड किंवा जादा कार्ड (ॲड ऑन कार्ड) हवे असेल तर किमान १२५ रुपये व कमाल १५०० रुपये शुल्क भरावे लागतात. जादा कार्डामुळे जवळचे कुटुंबीय (आई, वडील, पत्नी, बहीण) क्रेडिट कार्ड सुविधेचा लाभ घेऊ शकतात.

क्रेडिट कार्ड स्वीकारणारी हॉटेले, दुकाने, हवाई कंपन्या, रेस्टॉरंट आणि प्रवासी सेवा एजन्सी इत्यादींना 'मेंबर एस्टॅब्लिशमेंट' म्हणतात. कार्डधारक जेव्हा या मेंबर एस्टॅब्लिमेंटकडे खरेदी करतो तेव्हा त्याला बिल देण्यात येते, त्या वेळी कार्डधारकाने केलेली सही आणि कार्डवरची सही मिळतीजुळती असल्याचे पाहूनच ते कार्ड 'इमप्रिंटर' मशीनमध्ये सरकवले जाते. ते कार्ड वैध आणि हरवलेल्या काडपैकी नसल्याचा निर्वाळा मिळाला की कार्डावरची नोंद घेऊन कार्ड व बिलाची एक प्रत कार्डधारकाला दिली जाते. दुसरी प्रत, ते कार्ड ज्या बँकेचे किंवा संस्थेचे आहे त्यांना पाठवली जाते. त्या संस्था किंवा बँका त्या बिलाची रक्कम अदा करतात. ती संस्था किंवा बँक कार्डाचे बिल कार्डधारकाला १५ ते ३० दिवसांदरम्यान पाठवते. दिलेल्या मुदतीत कार्डाचे बिल भरले नाही तर विलंबित कालावधीसाठी जादा व्याजदराने (किमान २ टक्के प्रति महिना) व्याज भरावे लागते. याशिवाय, क्रेडिट कार्डाच्या बिलात १८% वस्तू आणि सेवाकर (जीएसटी) आणि व्याजदर हाताळणी शुल्क म्हणून किमान २५ रुपये ते २.५% द्यावे लागतात. दंड व्याज म्हणून किमान २.५% ते ४% दराने दरमहा आकारणी होते. क्रेडिट कार्डाच्या माध्यमातून बँकेतून रोख रक्कम घेतल्यास रोख रक्कम शुल्क (कॅश विड्रॉवल चार्जेस) म्हणून किमान ५० रुपये ते २.५% आकारण्यात येते. क्रेडिट कार्ड देणाऱ्या बँका किंवा वित्तसंस्था कार्डधारकांकडून ज्याप्रमाणे सभासद शुल्क घेतात, त्याप्रमाणेच मेंबर एस्टॅब्लिशमेंटकडूनही बिलाच्या ३ ते ३.५ टक्के कमिशन मिळवतात.

हल्ली क्रेडिट कार्डावर मेडिक्लेमचा सवलतीत भरावयाचा हप्ता, आंतरराष्ट्रीय प्रवासात सवलत, विविध नियतकालिकांची वर्गणी भरण्यासारख्या सुविधा उपलब्ध झाल्या आहेत.

जागतिक पातळीवर सर्वात मोठे जाळे मास्टर कार्ड व व्हिसा कार्ड यांचे आहे. मास्टर कार्ड, व्हिसा कार्ड, अमेरिकन एक्सप्रेस कार्ड व सिटी बँक कार्ड जगात कुठेही चालते. भारतातून घेतलेली ही कार्डे रिझर्व्ह बँकेच्या नियमाप्रमाणे चालवावी लागतात.

क्रेडिट कार्ड हरवले तर त्वरित त्या संस्थेला किंवा बँकेला कळवावे, त्यामुळे त्या कार्डाचा दुरुपयोग कोणीही करू शकणार नाही. हरवलेल्या कार्डाऐवजी नवीन कार्ड मिळण्याचे शुल्क जास्तीत जास्त १,००० रुपये असून, त्यावर झालेल्या खर्चाची संपूर्ण जबाबदारी कार्डधारकावर असते. क्रेडिट कार्ड बाळगून उधारी न वाढवता 'पत' वाढवण्याकडे लक्ष दिले तर क्रेडिट कार्डाचे खऱ्या अर्थाने सार्थक झाले असे म्हणावयास हरकत नाही.

बहुसंख्य क्रेडिट कार्डांवर आयुर्विमा व किंवा अपघात विम्याचे संरक्षण दिले जाते. गोल्ड कार्डावर सर्वाधिक विमा संरक्षण दिले जात असून पतीचे किंवा पत्नीचे विमा संरक्षण, सामानाचा विमा, क्रेडिट कार्डावर खरेदी केलेल्या वस्तूंचा, आगीचा व चोरीचा विमा मर्यादित रकमेपर्यंत उतरवलेला असतो.

क्रेडिट कार्डावरच मिळणारी सुविधा म्हणजे बिनव्याजी, पण मर्यादित अवधीचे कर्ज देणारी योजना आहे. त्यामुळे या अवधीचे अवधान ठेवूनत क्रेडिट कार्डाचा केला जाणारा वापर कार्डधारकाचे 'क्रेडिट' (पत) जपणारा ठरतो.

क्रेडिट कार्डाचे दोन प्रकार आहेत : वैयक्तिक क्रेडिट कार्ड आणि संयुक्त कॉर्पोरेट क्रेडिट कार्ड. व्यक्तीसाठी वैयक्तिक क्रेडिट कार्ड देताना त्यासाठी अर्जामध्ये त्या व्यक्तीचे नाव, पत्ता, जन्मतारीख, कुटुंबातील अवलंबित व्यक्ती, व्यवसाय, वार्षिक उत्पन्न, कर्ज, शाखेच्या नाव-पत्त्यासह बँकेचा खातेक्रमांक, एकूण मालमत्तेचा तपशील इत्यादी माहिती द्यावी लागते. अर्जासोबत रेशनकार्डाची झेरॉक्स, आयकर विवरणपत्राची झेरॉक्स किंवा मासिक वेतनाची स्लिप किंवा उत्पन्नाचा दाखला जोडावा लागतो.

क्रेडिट कार्ड नियमित आणि शिस्तबद्ध वापरून अनेक सुविधांचा लाभसुद्धा मिळवता येतो. बहुसंख्य क्रेडिट कार्ड्सवर अपघाती विमा संरक्षण मोफत किंवा अत्यल्प विमा हप्त्यात उपलब्ध असते. मेडिक्लेमच्या हप्त्यावर सवलत दिलेली असते. आंतरराष्ट्रीय तसेच देशातील प्रवासात सवलत मिळते. विविध नियतकालिकांच्या वर्गणीवर सवलत प्राप्त होते. पेट्रोल पंपावर सवलत मिळते. ठरावीक रकमेच्या वर क्रेडिट कार्डचा वापर सातत्याने झाल्यावर आणि त्या रकमांचे नियमितपणे बिल भरल्यावर रिवार्ड पॉइंट्स मिळून भेटवस्तू किंवा रेल्वे-विमान प्रवासाच्या तिकिटात सवलत मिळते. या सवलतींच्या आणि भेटवस्तूंच्या आमिषाला बळी पडून गरज नसताना क्रेडिट कार्ड वापरणारे बरेच आढळतात. ज्या वेळी क्रेडिट कार्डचा अतिरेकी किंवा विशिष्ट मर्यादेबाहेर वापर होतो, त्या वेळी त्या व्यक्तीच्या गृहकर्ज किंवा वाहनकर्ज मिळण्यात अडसर तयार होत असतो. क्रेडिट कार्डवर सातत्याने आर्थिक उचल घेणाऱ्यास 'सिबिल' गुणांकनात फटका बसतो आणि त्याची पत श्रेणी (Credit Rating) घसरली जाते. जोपर्यंत आपण स्वत:च्या मनाला नियंत्रित करू शकत नाही, तोपर्यंत क्रेडिट कार्ड स्वीकारू नये किंवा असल्यास वापरू नये. क्रेडिट कार्डधारकांनी आपल्या कार्डवरील cvv क्रमांक आणि पासवर्ड कधीच कोणालाही सांगू नये. क्रेडिट कार्डद्वारे ऑनलाईन पेमेंट करताना सांकेतिक स्थळा (Website)ची सुरुवात https:// अशी झालेली असावी. क्रेडिट कार्ड स्वाइप करताना आपण स्वत: पुढ्यात उभे राहावे. स्कीमरद्वारे डेटा चोरी करून क्रेडिट कार्ड्सवरून रक्कम काढण्याचे प्रकार वाढीस लागले आहेत. ज्या क्रेडिट कार्डची अधिकतम मर्यादा शॉपिंगसाठी १० ते २०,००० रुपये आहे अशीच कार्ड्स शक्यतो वापरावीत. 'वन असिस्ट' आणि 'सीपीपी इंडिया' यासारख्या कंपन्या सर्व प्रकारच्या क्रेडिट आणि डेबिट कार्ड्ससाठी कार्ड्स हरवणे, आपत्कालीन प्रवास साहाय्य, कार्डांची चोरी तसेच अफरातफर यासाठी विमा संरक्षण इत्यादी सुविधा अल्प रकमेच्या हप्त्यात देऊ करतात. हे विमा संरक्षण प्रत्येक क्रेडिट आणि डेबिट कार्डधारकाने घेणे हिताचे ठरते.

क्रेडिट कार्डचा प्रताप एकदा अनुभवल्यावर बरेच जण शहाणे होऊन ते क्रेडिट कार्ड रद्द करण्यासाठी जातात. परंतु क्रेडिट कार्ड रद्द करण्याची प्रक्रिया दिसताना सुलभ वाटली तरी त्यातील गुंतागुंत मनस्ताप देऊ शकते. प्रत्येक क्रेडिट कार्ड देणाऱ्या वित्तीय संस्थेची प्रक्रिया थोड्याफार फरकाने सारखीच असते.

- प्राथमिक क्रेडिट कार्डधारकच (प्रायमरी कार्डहोल्डर) हे कार्ड रद्द करू शकतो.
- सर्वप्रथम जे कार्ड रद्द करावयाचे आहे, त्या क्रेडिट कार्डच्या बिलाचा संपूर्ण भरणा केलेला असला पाहिजे. एवढेच नव्हे, तर त्या कार्डाचे, बँकांचे किंवा वित्तीय संस्थांचे सर्व प्रकारचे शुल्क पूर्ण दिलेले असले पाहिजे. जर असे असेल तरच त्या बँका किंवा वित्तीय संस्था क्रेडिट कार्ड रद्द करण्याचा तुमचा विनंतीअर्ज स्वीकारतात.

- कार्डधारकाने बँकांच्या किंवा वित्त संस्थांच्या ग्राहक केंद्राशी संपर्क साधून कार्ड रद्द करण्याचा मानस व्यक्त करून तशी नोंद घेतल्याचा संदर्भ क्रमांक मागून घेणे आवश्यक ठरते.
- त्याशिवाय, ज्या बँकेच्या शाखेत किंवा वित्तीय संस्थेच्या कार्यालयात लेखी अर्ज सादर केला, त्या कार्यालयातून त्या अर्जाच्या प्रतीवर सही-शिक्का घेऊन पावती घ्यावी.
- भविष्यात कोणतीही अडचण उद्भवू नये म्हणून क्रेडिट कार्डच्या संपूर्ण अहवालाची प्रत मागून घ्यावी.
- आपण भरणा केलेल्या अंतिम बिलाची रक्कम भरलेली त्या अहवालात दर्शवली आहे की नाही, याची खातरजमा करावी.
- आपण ज्या कर्मचाऱ्याशी संवाद करत आहोत त्याचे नाव-पद नोंदवून ठेवावे.
- आपला विनंतीअर्ज स्वीकारल्यानंतर 'रिक्वेस्ट कन्फर्मेशन नंबर'न विसरता मागून घेणे प्रत्येक कार्डधारकाचे कर्तव्य ठरते.
- क्रेडिट कार्ड रद्द केल्याचे बँकेने किंवा वित्त संस्थेने तसे पत्र दिले की सिबिलकडे जाऊन आपले पत अहवाल सुधारले आहेत की नाही, याची खातरी करून घ्यावी. अन्यथा आपला सिबिलकडील पत अहवाल सुधारित नसल्यास बँकांकडून किंवा वित्त संस्थांकडून कर्ज किंवा अर्थसाहाय्य मिळणे मुश्किल ठरू शकते.

अर्थात, ही सर्व प्रक्रिया पूर्ण होण्यास त्या-त्या बँकांच्या किंवा वित्त संस्थांच्या कार्यपद्धतीवर अवलंबून असल्याने किमान १५ दिवस ते दीड महिना लागतो.

क्रेडिट कार्ड आपली आर्थिक पत पणाला लावण्याचे नव्हे, तर जपण्याचे साधन आहे, हे मात्र कधीच विसरता कामा नये.

■■■

अग्रक्रम क्षेत्रातील आणि दुर्बल घटकांसाठीची कर्जे

राष्ट्रीयीकृत बँकेकडे कर्जाची मंजुरी त्या-त्या शाखेच्या निर्देशित पतमर्यादेनुसार होते. रिझर्व्ह बँकेच्या मार्गदर्शक तत्त्वांप्रमाणेच राष्ट्रीयीकृत बँकांची कर्ज देण्याची प्रक्रिया कार्यरत असते. सहकारी बँकांवरही राष्ट्रीयीकृत बँकांची कर्ज देण्याची प्रक्रिया कार्यरत असते. सहकारी बँकांवरही रिझर्व्ह बँकेचा अंकुश असल्याने कर्ज व्यवहारांवर रिझर्व्ह बँकेचे नियंत्रण असते.

राष्ट्रीयीकृत बँकांची आणि सहकारी बँकांची कर्ज देण्याची पद्धत वेगवेगळी आहे, राष्ट्रीयीकृत बँकांतून डॉक्टर, चार्टर्ड अकाउंटंट, इंजिनिअर अशा प्रस्थापित व्यावसायिकांना त्यांची पत अजमावून व्यक्तिगत कर्जे, वाहन, घर, हॉस्पिटल, दवाखाने किंवा ऑफिस यासाठी दिली जातात. पण लघुउद्योजकांना किंवा तत्सम धंदेवाईकांना कर्जे देताना राष्ट्रीयीकृत बँका काटेकोरपणे छाननी करूनच कर्जमंजुरी देतात. सहकारी बँका २५ हजार रुपयांपर्यंतचे कर्ज 'वैयक्तिक कर्ज' म्हणून दोन जामीनदार घेऊन, कर्जदाराची कर्जफेडीची क्षमता तपासून १५ ते २० दिवसांत शाखा पातळीवरच मंजुरी देतात. राष्ट्रीयीकृत बँकेकडे कर्जाची मंजुरी त्या-त्या शाखेच्या निर्देशित पतमर्यादेनुसार होते. रिझर्व्ह बँकेच्या मार्गदर्शक तत्त्वांप्रमाणेच राष्ट्रीयीकृत बँकांची कर्ज देण्याची प्रक्रिया कार्यरत असते. सहकारी बँकांवरही राष्ट्रीयीकृत बँकांची कर्ज देण्याची प्रक्रिया कार्यरत असते. सहकारी बँकांवरही रिझर्व्ह बँकेचा अंकुश असल्याने कर्ज व्यवहारांवर रिझर्व्ह बँकेचे नियंत्रण असते.

बँकांतून जामीनाशिवाय व तारणाशिवाय जास्तीत जास्त ५००० रुपयांचे कर्ज एक महिन्याच्या मुदतीकरिता उपलब्ध होऊ शकते. रिझर्व्ह बँकेच्या १ मे १९९४च्या परिपत्रक क्र. ६८/०९-०९-०१/९३-९४ नुसार अग्रक्रम क्षेत्रातील आणि दुर्बल घटकांसाठी कर्जे दिली जात असत. आता ८ एप्रिल २०१५पासून पंतप्रधान नरेंद्र मोदी यांनी मुद्रा योजना (Micro Units Development Refinance Agency Bank Scheme) सुरू करून लघुउद्योगांना सर्व बँकांद्वारे अर्थसाहाय्य सुविधा उपलब्ध केली आहे.

दुग्धव्यवसाय, मत्स्यउद्योग, कुक्कुटपालन, मधमाशी केंद्र, रेशीम उद्योग, बैल, उंट किंवा तत्सम प्राण्याने ओढल्या जाणाऱ्या गाड्यांची खरेदी, गोठा किंवा तबेला दुरुस्ती इत्यादींसाठी देण्यात येणारे कर्ज, शेतीला पूरक ठरणारे व्यवसाय म्हणून बँका त्यांना अर्थसाहाय्य करतात.

कुंभार, लोहार, चर्मकार इत्यादींसारख्या कारागिरांना व कुटीरउद्योगांनाही अर्थसाहाय्य केले जाते.

वर उल्लेखलेल्या दोन्ही प्रकारांत ५० हजार रुपयांपर्यंतची कर्जमर्यादा ठेवली आहे.

ज्या लघुउद्योगाची यंत्रसामग्री व इतर गुंतवणूक ६० लाख रुपयांपेक्षा जास्त नाही अशा लघुउद्योजकांना बँक अर्थसाहाय्य करू शकते. बँकांवर रिझर्व्ह बँकेच्या असलेल्या बंधनामुळे अग्रक्रम दिलेल्या क्षेत्रातील लघुउद्योगांना कर्जपुरवठा करताना एकूण कर्जपुरवठ्याच्या किमान ४० टक्के कर्जपुरवठा कुटीरोद्योग, ग्रामीण उद्योग किंवा छोट्या उद्योगांना—ज्यांची उद्योगातील एकूण गुंतवणूक पाच लाख रुपयांपेक्षा कमी आहे आणि त्यांनी पाच लाख रुपयांपर्यंतची कर्जमर्यादा स्वीकारली आहे, अशांनाच केला जातो. या उद्योगात २२ प्रकारचे लघुउद्योग अंतर्भूत केले आहेत.

अपारंपरिक किंवा नव्या प्रकारातील ऊर्जा निर्मितीचे किंवा तत्सम पूरक प्रकल्प बँकेकडून कर्ज घेऊ शकतात. बायोगॅस, सौरऊर्जा, पवनचक्की इत्यादींचा यात समावेश आहे.

छापखाने, प्रकाशन संस्था, उपाहारगृहे, गॅरेज, इलेक्ट्रॉनिक व इलेक्ट्रिक वस्तूंची दुरुस्ती करणारे, केशकर्तनालय, क्लिअरिंग व फॉर्वर्डिंग एजंट इत्यादी व्यवसायातील यंत्रसामग्रीची किंमत ५० लाख रुपयांहून अधिक नसेल आणि खेळते भांडवल तीन लाख रुपयांपेक्षा जास्त नसेल, तरच या छोट्या व्यावसायिकांना अर्थसाहाय्य उपलब्ध होऊ शकते.

स्वयंरोजगार असलेले; पण त्यांचे खेळते भांडवल दोन लाख रुपयांहून जास्त नाही, असे कर्जदार बँकेचे अर्थसाहाय्य मिळवू शकतात.

कर्जाच्या रकमेवरील व्याज त्रैमासिक पद्धतीने (क्वार्टर्ली रेस्ट) किंवा जास्त कालावधी (मॅक्झिमम पिरियड) पद्धतीने आकारले जाते. दर तीन महिन्यांनी हे व्याज द्यावे लागते.

■■■

स्त्री-उद्योजकांसाठी विशेष अर्थसाहाय्य योजना

भारत सरकारने २००१ हे वर्ष 'महिला सबलीकरण वर्ष' म्हणून घोषित केले होते. त्या वेळी महिलांना राष्ट्राच्या व समाजाच्या विकासात हक्काने सामावून घेण्याचे प्रयत्न केले गेले. त्या प्रयत्नांनाच एक भाग म्हणून स्त्रियांसाठी बँकांद्वारे विशेष अर्थसाहाय्य करण्यासाठी योजना सुरू केल्या गेल्या. महिला उद्योजकांना या विशिष्ट कर्जयोजनेद्वारे अर्थसाहाय्य करून महिलांनाही उद्योजकतेसाठी उद्युक्त करण्यासाठी बँकांनी योजना राबवल्या आहेत. लघुउद्योग, छोट्या स्तरावरील सेवा उद्योग, किरकोळ व्यापार, व्यावसायिक उद्योग आणि स्वयंरोजगारातील स्त्रियांसाठी या विशेष योजनेतर्फे अर्थसाहाय्य करून त्यांना सबल करण्याचे उद्दिष्ट ठेवलेले आहे.

महिलांच्या बचत गटांना अर्थसाहाय्य करण्यासाठी बऱ्याच बँकांनी बचत गट शाखा सुरू केल्या आहेत.

या अर्थसाहाय्यासाठी एक किंवा अनेक स्त्रियांच्या प्रोप्रायटरी कन्सर्न किंवा व्यक्तिशः व संयुक्त भागभांडवल भागीदार वा भागधारक म्हणून किंवा प्रायव्हेट कंपनीचे संचालक म्हणून किंवा सहकारी संस्थेचे सदस्य म्हणून ५१ टक्क्यांहून अधिक भागभांडवल किंवा हिस्सा असणे बंधनकारक आहे. हे कर्ज प्लँट, मशिनरीसारख्या स्थिर मालमत्तेबरोबर खेळत्या भांडवलासाठीही देण्यात येते.

कर्जाची रक्कम, कर्जदाराची गरज तिच्या उद्योगांवर अवलंबून असते. २५ हजार रुपयांपर्यंतच्या कर्जासाठी 'मार्जिन मनी' भरावा लागत नाही. चार लाख रुपयांवरील कर्जरकमेसाठी मात्र किमान १५ ते २० टक्के रक्कम मार्जिन मनी म्हणून भरावी लागते. मुदतीच्या कर्जाच्या बाबतीत (टर्म लोन) कर्ज परतफेडीची मुदत जास्तीत जास्त ८४ समान मासिक हप्त्यांएवढीच असते. प्रत्यक्ष कर्जाएवढी निधियुक्त पतमर्यादा (कॅश क्रेडिट) व निधीशिवाय पतमर्यादा (क्रेडिट लिमिट) अशा दोन प्रकारांत पतपुरवठा (क्रेडिट सप्लाय) करण्यात येतो.

मालाच्या तारणावर खेळत्या भांडवलाची गरज भागवण्यासाठी कॅश क्रेडिट दिले जाते. निर्यातीसाठी लागणाऱ्या पॅकिंगच्या कच्च्या मालाच्या खेळत्या भांडवलासाठी पॅकिंग क्रेडिट मिळते. मुदत ठेवी आणि

रोकडसुलभ मालमत्तेच्या (लिक्विड अॅसेट) तारणावर उचल घेण्याची सुविधा मिळते. या व्यतिरिक्त स्थानिक व परदेशाची बिल डिस्काउंटिंगची सुविधाही आहेच. तसेच, कंपनीची कोणतीही आर्थिक गरज भागवण्यासाठी कंपनी वित्तसाहाय्य योजनाही आहे.

निधीशिवाय पतमर्यादा 'लेटर ऑफ क्रेडिट' आणि 'बँक गॅरंटी'मध्येच येते. राष्ट्रीयीकृत बँकांकडून व सहकारी बँकांकडून उद्योजक महिलांना अधिकाधिक अर्थसाहाय्य विनासायास झाले, तरच उद्योजक घराणी लहानमोठ्या स्तरावर निर्माण झालेली दिसून येतील. सरकारी वित्तसाहाय्य योजनांची निश्चित आणि योग्य माहिती स्त्रियांना आजही सहजपणे उपलब्ध होत नसल्याने या योजनांच्या लाभापासून बहुसंख्य स्त्री-उद्योजक वंचित राहतात.

महिला आर्थिक विकास महामंडळ, केंद्र सरकारचे महिला कल्याण व उद्योग मंत्रालय आणि महाराष्ट्र चेंबर ऑफ कॉमर्सच्या महिला विभागांनी एकत्रितपणे किंवा इतर वित्तसंस्थांच्या संयुक्त विद्यमाने प्रकल्प किंवा उद्योग राबवून महिला उद्योजकांच्या उभारणीतून अधिकाधिक महिलांनाही रोजगार मिळवून देण्याचा प्रयत्न आजही सुरू आहे.

■■■

पर्यटन कर्ज

हल्ली बहुसंख्य भारतीय, देशात व देशाबाहेर पर्यटन करू लागले आहेत. मध्यमवर्गीय लोकही आपापल्या आर्थिक कुवतीनुसार पर्यटनासाठी विविध ठिकाणी जात आहेत. काही जण विविध पर्यटन संस्थांच्या 'हॉलिडे नाऊ, पे लॅटर' योजनांचा लाभ घेऊन परदेशातही पर्यटन करू लागले आहेत. काही बँकांनीही अनेक पर्यटन संस्थांच्या संयुक्त विद्यमाने पर्यटकांना सवलतीच्या दरांनी कर्जे उपलब्ध करून देण्याचे तंत्र अवलंबले आहे.

पर्यटन कर्जे २४ महिन्यांपासून ते ३६ महिने मुदतीसाठी उपलब्ध आहेत. एकूण सहल खर्चाच्या किमान १० ते २० टक्के रक्कम पर्यटकाने भरावयाची आणि सहल पूर्ण करून आल्यावर दरमहा समान मासिक हप्त्यात उर्वरित रकमेचे कर्ज निश्चित केलेल्या मुदतीसाठी फेडायचे. पर्यटन कर्जावरील दर वैयक्तिक कर्जांवरील दरांएवढे असतात. परंतु पर्यटन संस्थेसोबतच्या करारामुळे त्यात काही वेळा सवलतही मिळते.

हे कर्ज मिळण्यासाठी अर्जासोबत आयकर पॅन क्रमांकाच्या कार्डाची झेरॉक्स प्रत, वास्तव्याचा दाखला (प्रुफ ऑफ रेसिडेन्स), मागील महिन्याची पगाराची स्लीप, मागील सहा महिन्यांच्या नोंदी असलेल्या बँक पासबुकच्या किंवा बँक स्टेटमेंटच्या झेरॉक्स प्रती, जर क्रेडिट कार्ड असेल तर कार्डचे चालू स्टेटमेंट, गरज भासल्यास आनुषंगिक तारण म्हणून देता येणाऱ्या मालमत्तेचे (उदाहरणार्थ, आयुर्विमा पॉलिसीज, म्युच्युअल फंड्सचे युनिट्स, राष्ट्रीय बचत प्रमाणपत्रे, किमान विकास पत्रे, सोन्याचे अलंकार वा अन्य तारणयोग्य मालमत्ता) विवरण द्यावे लागते. तसेच मागील किमान दोन वर्षांची आयकर विवरण पत्रे सादर करावी लागतात.

स्वयंरोजगार करणारे किंवा उद्योजक-व्यावसायिकांना मागील दोन किंवा तीन आर्थिक वर्षांची आयकर विवरणपत्रे (आयटी रिटर्न्स) द्यावी लागतात. पर्यटन कर्ज घेऊ इच्छिणाऱ्यांचे वय २५ ते ६५ वर्षे असणे आवश्यक असून वार्षिक उत्पन्न किमान ६० हजार रुपये असणे आवश्यक असते. परंतु बहुसंख्य बँका किमान एक लाख रुपयांहून अधिक वार्षिक उत्पन्न असेल तरच कर्जाच्या अर्जाचा विचार करतात. बँकांना गरज भासल्यास एक किंवा दोन हमीदारांची मागणी करतात. देशांतर्गतच नव्हे, तर परदेशात कुठेही पर्यटनास जाण्यासाठी दरमहा हप्ते भरण्याच्या बोलीने तयार व्हा आणि सुट्टीचे दिवस सार्थकी लावा. ■■■

दिव्यांगांसाठी अर्थसाहाय्य

दिव्यांग व्यक्तींच्या आर्थिक उन्नतीसाठी संकल्पना राबवून त्यांच्या आर्थिक पुनर्वसनासाठी स्वयंरोजगार निर्मितीसाठी किंवा उद्योग-व्यवसाय सुरू करण्यासाठी, त्यासंबंधित शिक्षण घेण्यासाठी अर्थसाहाय्य करणे; दिव्यांगांची व्यावसायिक कौशल्ये विकसित करण्यासाठी मदत करून, उत्पादनांचे व्यवस्थापन करून त्या उत्पादनांचे विपणन करण्यासाठी मदत करणे; या उद्दिष्टांना समोर ठेवून राष्ट्रीय दिव्यांग आर्थिक विकास महामंडळाची वाटचाल सुरू झाली आहे.

भारत सरकारच्या सामाजिक न्याय आणि अधिकार मंत्रालयाने २४ जानेवारी १९९७ रोजी दिव्यांग लोकांसाठी राष्ट्रीय दिव्यांग आर्थिक विकास महामंडळाची National Handicapped Finance Development Corporation स्थापना केली. दिव्यांग व्यक्तींच्या आर्थिक उन्नतीसाठी संकल्पना राबवून त्यांच्या आर्थिक पुनर्वसनासाठी स्वयंरोजगार निर्मितीसाठी किंवा उद्योग-व्यवसाय सुरू करण्यासाठी त्यासंबंधित शिक्षण घेण्यासाठी अर्थसाहाय्य करणे; दिव्यांगांची व्यावसायिक कौशल्ये विकसित करण्यासाठी मदत करून, उत्पादनांचे व्यवस्थापन करून त्या उत्पादनांचे विपणन करण्यासाठी मदत करणे; या उद्दिष्टांना समोर ठेवून राष्ट्रीय दिव्यांग आर्थिक विकास महामंडळाची वाटचाल सुरू झाली आहे. वय वर्षे १८ ते ५५ वयोगटातील ४० टक्क्यांपेक्षा अधिक अपंगत्व असलेल्या कोणाही भारतीय व्यक्तीला छोटे व्यवसाय-व्यापार-कुटीरोद्योग आणि शेती तसेच शेतीपूरक व्यवसायासाठी कर्ज दिले जाते. अर्थात, त्याआधी त्या दिव्यांग व्यक्तीने राज्य किंवा केंद्र सरकारच्या अन्य कोणत्याही योजनेचा आर्थिक लाभ किंवा कर्ज घेतलेले असू नये. अर्जदार व्यक्ती हा स्वयंमदत गटाचा सदस्य असला पाहिजे. अर्जदाराचे शिक्षण, उत्पन्न शहरी भागात एक लाख रुपयांहून कमी, तर ग्रामीण भागात ८० हजार रुपयांहून कमी असेल. व्यावसायिक कौशल्ये, व्यावसायिक अनुभव आणि पूर्वेतिहास याच निकषांवर कर्ज मंजुरी देण्यात येते. तसेच दिव्यांग स्त्रियांना प्राधान्य दिले जाते. आर्थिकदृष्ट्या कमकुवत असलेल्या दिव्यांग स्त्रियांना आर्थिकदृष्ट्या सक्षमीकरणासाठी 'महिला समृद्धी योजनें'तर्गत अर्थसाहाय्य देण्यात येते.

'सूक्ष्म अर्थसाहाय्य योजनें'तर्गत दिव्यांग व्यक्तीला २५,००० रुपयेपर्यंत कर्ज देण्यासाठी शासनेतर संस्थांना (NGO) पाच लाख रुपयांपर्यंत राष्ट्रीय दिव्यांग आर्थिक विकास महामंडळातर्फे देण्यात येतात. त्यासाठी

- अर्जदार दिव्यांग व्यक्तीकडून पाच टक्के दराने व्याजदर निश्चित केला जातो.
- पाच लाखांपेक्षा अधिक कर्ज असेल तर व्याजाचा दर सहा टक्के आकारण्यात येतो.
- मतिमंद व्यक्तींच्या पालक-संस्थांना, त्या मतिमंद व्यक्तींना आर्थिकदृष्ट्या स्वयंपूर्ण करण्यासह रोजगार निर्माण करण्यासाठी राष्ट्रीय दिव्यांग आर्थिक विकास महामंडळाच्या वतीने अर्थसाहाय्य देण्यात येते.
- या मतिमंद व्यक्तींच्या पालक-संस्था किमान तीन वर्षे नोंदणीकृत असाव्यात आणि त्यांच्या किमान सभासदांची संख्या दहा असावी.
- याआधी या पालक-संस्थांनी राज्य किंवा केंद्र सरकारी कर्ज घेतलेले असू नये.
- कर्जफेडीची मुदत दहा वर्षे असून दर तिमाही कर्जाचा हप्ता भरावा लागतो.

राष्ट्रीय दिव्यांग आर्थिक विकास महामंडळाच्या www.nhfdcc.nic.in या संकेत स्थळावर अधिक माहिती घेता येईल.

राष्ट्रीय दिव्यांग आर्थिक विकास महामंडळाच्या पुढील पत्त्यावरसुद्धा संपर्क करता येईल :
सामाजिक न्याय आणि अधिकार मंत्रालय
रेडक्रॉस भवन, सेक्टर १२, फरीदाबाद – १२१ ००७.
दूरध्वनी : ०१२९-२२८०२१४ विस्तारित क्र. : ३३५, २२६४८४१, २२६८१०
ईमेल : nhfdcnda.vsnl.net.in

राष्ट्रीय आवास बँक (नॅशनल हाउसिंग बँक) मान्यताप्राप्त गृहवित्त कंपन्यांची नावे, पत्ते व दूरध्वनी क्रमांक

1. **CanFin Homes Ltd.**
   • Nagpur : 0712-2233898 • Sadashiv Peth, Pune : 020-24321030 / 24 • Hinjewadi : 7798985647 • Mumbai - Borivali : 28924369 / 28918218 / 28925385 • Kalyan : 0251-2304040 • Nashik : 0253-2318305 • Vashi : 022-27820168 / 9 • New Panvel : 022-27459355 • Aurangabad : 9944453331 • Chakan : 02135-249230 • Kolhapur : 0231-266478 • www.canfinhomes.com
2. **Cent Bank Home Finance Ltd.**
   • Tollfree No. : 1800-3000-5259
   • www.cbhfl.com • Email : customercare@cbhfl.com
3. **Corp Bank Homes**
   • Tel. : 824-2861888 • www.corpbank.com
4. **GIC Housing Finance Ltd.**
   • Tollfree No.: 18001030000 • Tel. 022-60229554 / 22618445
   • www.gichfindia.com
5. **Gruh Finance Ltd.**
   • Tollfree No.: 18002335300 • Tel.: 91-079-26421671–75
   • www.gruh.com
6. **Housing Development Finance Corporation Ltd.**
   Ramon House, 169-Backbay Reclamation, Mumbai – 400 020
   • Tel. : 022-66636000 • Missed Call to 91-9289200017 • www.hdfc.com

7. **ICICI Home Finance Co. Ltd.**
ICICI Bank Towers, Bandra-Kurla Complex, Bandra (E) – 400 051
• Tollfree No.: 18002674455 • Tel.: 22-26531414 • www.icicihfc.com

8. **Ind. Bank Housing Ltd.**
178-Kodambakkam High Road, Chennai – 600 034
• Tel. : 044-24329235 • www.indbankhousing.com

9. **LIC Housing Ltd.**
2nd Floor, Mumbai Life Building, 45/47, Veer Nariman Road, Mumbai – 400 023
• Tel. : 022-22049799 • www.lichousing.com

10. **PNB Housing Finance Ltd.**
9th Floor, Antariksha Bhawan, 22, Kasturba Gandhi Marg, New Delhi – 110 001
• Tollfree No.: 18001208800 • www.pnbhousing.com

11. **SBI Home Finance Ltd.**
4th Floor, SBI Ballgunga Branch Premises, 50A, Gariahat Road,
Calcutta – 700 019 • Tel. : 24865029 & 033-24864927

12. **Tata Capital Housing Finance Ltd.**
• Tollfree No.: 18002096060 • www. tatacapitalhfl.com

13. **IIFL Home Loan**
• Tel. : 022-275448996

14. **L&T Financial Services**
• Tollfree No.: 18001020476 / 180020944747 • Tel.: 91-22-49186262
• Pune : 91-20-25280081

15. **West End Housing Finance Ltd.**
Jolly Maker Chamber No. 2, 10th Floor,
106, 225, Nariman Point, Mumbai 400 021

घरे-जागा खरेदी-विक्रीसाठी साहाय्य करणाऱ्या वेबसाईट

१. www.classifiedsulekha.com
मुंबईतील मालमत्ता / घरांच्या खरेदी-विक्री / देण्या-घेण्यासाठी

२. www.makaan.com
घरांच्या खरेदी-विक्री / भाडेतत्त्वावर देण्या-घेण्यासाठी मोफत नोंदणी

३. www.99acres.com
महाराष्ट्रातील कोणत्याही शहरातील घरांच्या / मालमत्तेच्या खरेदी-विक्री / भाडेतत्त्वावर देण्या-घेण्यासाठी

4. www.indiaproperties.com
भारतातील मालमत्ता / घरांच्या खरेदी-विक्री / भाडेतत्त्वावर देण्या-घेण्यासाठी

५. www.magirbricks.com
भारतातील मालमत्ता / घरांच्या खरेदी-विक्री / भाडेतत्त्वावर देण्या-घेण्यासाठी

६. www.baajaa.com
भारतातील मालमत्ता / घरांच्या खरेदी-विक्री / भाडेतत्त्वावर, देण्या-घेण्यासाठी. लॉगईन करायची वा साईन-अप करण्याची गरज नाही. विनाशुल्क सेवा

७. www.indiarealestatedirectory.com
संपूर्ण भारतातील आर्किटेक्ट्स, इंटेरिअर्स-डेकोरेटर्स, वास्तुतज्ज्ञ, दलाल, बिल्डर्स, इमारत बांधकाम सामानाचे पुरवठादार यांचे नाव, पत्ता व संपर्क

८. www.olx.in
भारतातील अपार्टमेंट्स संबंधित खरेदी-विक्री भाड्यावर देण्या-घेण्यासाठी, मोफत नोंदणी

९. www.loopnet.com / commercialproperty
व्यावसायिक मालमत्तांच्या खरेदी-विक्री / भाडेतत्त्वांवर देण्या-घेण्यासाठी

१०. www.realtytigers.com
निवासी मालमत्ता खरेदी-विक्री / भाडेतत्त्वावर देण्या-घेण्याबाबत

११. www.apnanaloan.com
सर्व प्रकारची गृहकर्जे व इतर कर्जे मिळण्याबाबत

१२. www.propertymart.com
निवासी / व्यावसायिक / कृषी जमिनीच्या खरेदी-विक्रीबाबत

१३. www.indiaplot.com
सर्व प्रकारच्या मालमत्ता खरेदी-विक्री व मालमत्ता व्यवस्थापन अर्थसाहाय्याबाबत

■■■

गृहनिर्माण व गृहकर्ज क्षेत्रात वापरल्या जाणाऱ्या संकल्पनांचे अर्थ

- **कमेन्समेंट सर्टिफिकेट (Commencement Certificate) :** इमारतीचे बांधकाम सुरू करण्यासाठी महानगरपालिकेकडून जे प्रमाणपत्र देण्यात येते त्यास CC (Commencement Certificate) म्हणतात.
- **टायटल सर्टिफिकेट (Title Certificate) :** मालमत्तेच्या मालकीचे स्वरूप दर्शवते.
- **कम्प्लिशन सर्टिफिकेट (Completion Certificate) :** स्थानिक स्वराज्य संस्थेकडून (उदाहरणार्थ, महानगरपालिका, नगरपरिषद इत्यादी) बांधकाम पूर्णत्वाचे दिले जाणारे प्रमाणपत्र. हे प्रमाणपत्र मिळाल्यानंतर वास्तव्यासाठी, वापरासाठी बांधकाम सिद्ध असल्याचे मानले जाते.
- **बेचन पत्र (Conveyance Deed) :** जमिनीचे हक्क एकाकडून दुसऱ्या व्यक्तीकडे / संस्थेकडे हस्तांतरण ज्या करारान्वये होते, त्यास बेचन पत्र म्हणतात.
- **समान मासिक हप्ता (Equated Monthlty Instalment (EMI) :** गृहवित्त संस्थेस दरमहा समान मासिक हप्त्याने (EMI) कर्जाची परतफेड केली जाते. या हप्त्यात मुद्दल व कर्जावरील व्याज समाविष्ट असतात.
- **समभाग संलग्न तारण (Equity Linked Mortgate) :** कर्जाच्या मुद्दलाचे हित जपण्यासाठी गृहवित्त संस्था पूर्णतः किंवा अंशतः समभाग संलग्न तारण स्वीकारतात. ज्या मालमत्तेवर कर्ज दिलेले असते, तीच मालमत्ता तारण म्हणून स्वतःकडेच गृहवित्त संस्था ठेवून घेतात.
- **एक गुंठा** = १०१.२० चौ.मी. = १०८८.९९ चौ.फूट / एक एकर = ४० गुंठे = ४८४० चौ. यार्ड
  १ हेक्टर = २.५ एकर

- **PITI (Principal, Interest, Taxes & Insurance) :** मासिक तारण परतफेडीच्या हप्त्यात **(Mothly Installment of Mortgage Payment)** मुद्दलाचा भाग, कर्जावरील व्याज, या व्याजावरील कर आणि विम्याचा अंश समाविष्ट असतो. हा हप्ता तारण कर्जाशी संबंधित असतो.

- **वाचवणावळ मूल्य (Salvage Value) :** जुन्या इमारतीने अपेक्षित आयुष्य वर्षे पूर्ण केल्यानंतर त्या इमारतीची जी अंदाजे विक्री किंमत निश्चित केली आहे, त्यास वाचवणावळ मूल्य (Salvage Value) म्हणतात. एखाद्या बंगल्यास ७० वर्षे पूर्ण झाल्यानंतरही तो बंगला मालकाच्या ताब्यात असेल तर त्या बंगल्यास वाचवणावळ मूल्या एवढे बाजारमूल्य असते.

- **Transfer of Development Rights (TDR) :** इमारतीच्या किंवा जागेच्या विकासाच्या हक्कांचे हस्तांतरण

- **PSC (Pre-stressed Concrete) :** अधिकाधिक भारवाही आणि भरपूर आयुष्य असण्यासाठी PSCचा वापर बहुमजली इमारत बांधकामात करतात.

- **वास्तव्यतेचा दाखला (Occupation Certificate) :** महापालिकेच्या प्राधिकरणाद्वारे फ्लॅट खरेदीदारांना वास्तव्यास योग्य असल्याचा दाखला दिला जातो, हा दाखला वास्तव्याचा दाखला (OC) असतो.

- **त्रुटींची सूचना (Intimation of Defficiencies (IOD)**

- **HVAC (Heating, Ventilation, Air Conditioning) :** व्यावसायिक इमारतीतील तापमान नियमित करण्यासाठी उबदारपणा, वायुवीजन, वातानुकुलन यंत्रणेची प्रणाली दर्शविताना या शब्दप्रयोग वापरला जातो.

■■■

लेखक परिचय

विनायक श्रीरंग कुळकर्णी
पत्ता : ३०२, ॲवॉन गॅलेक्सी, टाटा स्टीलसमोर,
दत्तपाडा रोड, बोरिवली (पूर्व),
मुंबई - ४०० ०६६. संपर्क : ९८९२१ ५२९२८

- विज्ञान विषयातील पदवीधर, फिनान्शिअल ॲडव्हायजिंगची पदव्युत्तर पदविका
- आर्थिक विषयावरील १३ पुस्तके प्रकाशित. बालनाट्ये, एकांकिका संग्रह यांसारख्या साहित्यप्रकारांतही विपुल लेखन
- आर्थिक गुंतवणुकीसंदर्भात २५००हून अधिक लेख प्रकाशित
- विविध वृत्तपत्रांमध्ये आर्थिक गुंतवणूकविषयक मार्गदर्शनपर स्तंभलेखन
- संपूर्ण महाराष्ट्रभर 'आर्थिक साक्षरता' या विषयावरील व्याख्याने
- इंटरकनेक्टेड स्टॉक एक्स्चेंज ऑफ इंडियाच्या गुंतवणूक प्रशिक्षण वर्गात मार्गदर्शन
- ओबेरॉय हॉटेलसारखी पंचतारांकित हॉटेल्स, टाटा कॅन्सर हॉस्पिटलसारखी मोठमोठी रुग्णालये, अनेक विख्यात उद्योगसंस्था तसेच भारतीय नौदलातील कर्मचाऱ्यांसाठी आर्थिक गुंतवणूक विषयक समुपदेशन
- मुंबई मराठी वृत्तपत्र संघाचा अर्थवेध पुरस्कार, मुंबई मराठी पत्रकार संघाचा कै. ग. का. रायकर पुरस्कार, कै. गो. म. लाड स्मृती पुरस्कार, महाराष्ट्र साहित्य परिषदेचा पुरस्कार इत्यादी विविध पुरस्कारांनी सन्मानित

www.ingramcontent.com/pod-product-compliance
Lightning Source LLC
LaVergne TN
LVHW082045051026
849532LV00011B/3484